தாய்மொழிக் கல்வி

தாய்மொழிக் கல்வி

உலக அரசியலும்
கல்வியியலும்

முனைவர் விஜய் அசோகன்

ஆழி

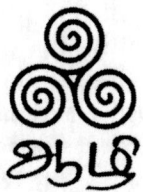

தாய்மொழிக் கல்வி – உலக அரசியலும் கல்வியியலும்
© விஜய் அசோகன்

பதிப்பு: டிசம்பர் 2019

வெளியீடு:
ஆழி பப்ளிஷர்ஸ்,
1A, திலகர் தெரு, பாலாஜி நகர்,
துண்டலம், அய்யப்பன்தாங்கல்,
சென்னை – 600 077
தமிழ்நாடு, இந்தியா

Thaimozhi Kalvi - Ulaga Arasiyalum Kalviyiyalum
© Vijay Ashokan

Edition: December 2019

Published by:
Aazhi Publishers,
1A, Thilagar Street, Balaji Nagar,
Thundalam, Iyyapanthangal,
Chennai - 600 077
Tamil Nadu, India

Contact: +91 9345638044
info@aazhibooks.com | www.aazhibooks.com

Pages: 80
Price: Rs. 100
Paper: 18.6 NS Maplitho Bookprint
ISBN: 978-93-80244-70-9

Printed at Adayar Student Xerox

All rights reserved. No part of this publication may be reproduced or transmitted in any form or by any means, electronic or mechanical, including photocopy, recording, or any information storage and retrieval system, without prior permission in writing from the publisher.

பொருளடக்கம்

அணிந்துரை 7

மதிப்புரை 12

ஆசிரியர் உரை 15

தாய்மொழிக் கல்வியும்
பிறமொழிகள் கற்பதன் அவசியமும் 19

தாய்மொழிக் கல்வியும் ஐரோப்பிய
ஒன்றிய நாடுகளின் நடைமுறைகளும் 26

நோர்டிக் நாடுகளின்
தாய்மொழிக் கல்வி வரலாறு 32

தாய்மொழிக் கல்வியும்
அரசியல் உரிமை உணர்வும்! 39

உலக நாடுகளில் தாய்மொழிக் கல்வி 45

தமிழர்களின் பல்லாயிரம் கால வரலாற்றில்
தமிழின் போராட்டம் - சமூகத்திலும் கல்வியிலும்! 49

கல்வி உரிமையும் அரசியல் உரிமையும்
- இந்தியச் சூழலின் நிகழ்காலம் 68

அண்ணல் அம்பேத்கரின் அரசியல் சாசனத்தைக்
கிழித்தெறியும் பாஜகவின் அரசியல்! 72

நீட் - தகுதித்தேர்வா? தரப்படுத்துதலா?
சர்வதேச நாடுகளில் நுழைவுத் தேர்வு உண்டா? 76

அணிந்துரை

தாய்மொழிக் கல்வி ஒரு தனிமனிதரின் அடிப்படை உரிமை

தாமின் புறுவது உலகின் புறக்கண்டு
காமுறுவர் கற்றறிந் தார். (குறள் - 399)

பொருளாதார மற்றும் அறிவியல் முன்னேற்றமடைந்த நாடுகளில் குழந்தைகளுக்கான அடிப்படைக் கல்வி தாய்மொழியிலேயே அமைவதை நாடுகளின் அரசியல் அமைப்புகள் அடிப்படைக் கொள்கைகளாக வரையறுத்துள்ளன. வளர்ந்துவரும் ஏராளமான உலக நாடுகளும் இதே நடைமுறையைக் கையாள்கின்றன. இத்தகைய சூழலில் இந்திய நாட்டின் மாநிலங்களுக்குள் மக்களுக்கான கல்வி தாய்மொழியை இயல்பாக வழங்கும் வகையில் அமைந்துள்ளதா, என்னும் அடிப்படைக் கேள்வியை மையப்புள்ளியாக வைத்து இந்த நூலின் ஒவ்வொரு கட்டுரையையும் நூலாசிரியர் கையாண்டுள்ளார்.

ஒரு குழந்தை தனது தாய்மொழியிலேயே கல்வி கற்க வேண்டும் என்பது அதன் அடிப்படைஉரிமை. தாய்மொழிக் கல்வி தரும் ஆழமான கற்றல்அனுபவத்துடன் ஏனைய வெவ்வேறு மொழிகளையும் கற்றுக்கொள்ளும் ஆற்றல் குழந்தைகளுக்கு உண்டு. கல்வியை இயல்பானதாக ஆக்குவதற்கும், கற்ற கல்வியைப் பல்வேறு வகையில் சிந்தனைச் செயலாக்கத்திற்குப் பயன்படுத்தி அறிவின் வெளிப்படுத்துவதற்கும் இளம் வயதில் தாய்மொழிக் கல்வி தரும் அனுபவம் இன்றியமையாதது. இதனை வலியுறுத்தும் வகையில் இந்த நூலில் வருகின்ற நோர்டிக் மற்றும் ஐரோப்பிய நாடுகளில் வழக்கில் இருக்கின்ற கல்விக் கொள்கைகளும் அதை நடைமுறைப்படுத்தப் படுகின்ற செயல்பாடுகளும் நூலாசிரியரால் வழங்கப்பட்டுள்ளன.

குழந்தைகள் கற்க வேண்டிய கல்வி ஆங்கில வழிக் கல்வியாக அமைந்தால்தான் அவர்களின் எதிர்கால வாழ்க்கை நன்றாக அமையும் என்று வெகுளித்தனமாகச் சிந்திக்கும் நடுத்தரத் தமிழ்க் குடும்பங்கள் இன்று அதிகம். உயர்கல்வி என்றாலே ஓரிரு வார்த்தைகள் ஆங்கிலத்தில் பேசுவதுதான் என்று மூடநம்பிக்கையும் நம் சமூகத்தில் ஆழ வேரூன்றி விரிவாகிக்கொண்டு வரும் காலம்

இது. இந்த இயற்கைக்கு மாறான முரண்பாடான போக்கினை எவ்வாறு மாற்றுவது? இந்திய மக்கள் மனதில் ஆழப் பதிந்திருக்கும் மேற்கத்திய நாகரிகத்தில் கல்வி எவ்வாறு அமைக்கப்பட்டிருக்கின்றது என்பதைச் சான்றுகளுடன் விளக்கும்போது ஓரளவு தெளிவு இந்திய மக்களின் சிந்தனையிலும் ஏற்படக்கூடிய சாத்தியத்தை வழங்கலாம். அந்த வகையில் இந்த நூல் வாசிப்போருக்குப் பயன்படும்.

அரசின் கொள்கைகள் தாய்மொழியை அடிப்படையாகக் கொண்டு பள்ளிக்கல்வி அமைந்திருக்க வேண்டியதைக் கட்டாயமாக்க வேண்டும். தாய்மொழியின் வழியாகக் கற்கும் எல்லா திறன்களும் நிறைவான கல்விஅனுபவத்தை நாட்டு மக்களுக்கு வழங்கும் என்பதில் முதலில் அரசுஇயந்திரத்தை இயக்கும் கல்வித்துறையும் அமைச்சகமும் நம்பிக்கைக் கொள்ள வேண்டும். அதனடிப்படையில் அடிப்படைக் கல்வியைச் சமூகத்தின் எல்லாத் தரப்பு மக்களும் இலவசமாகப் பெறுகின்ற வாய்ப்பினை நடைமுறைப்படுத்த வேண்டிய முயற்சிகளை நாட்டு மக்களின் நலன் கருதி மேற்கொள்ள வேண்டியது அவசியமாகும்.

1948 ஆம் ஆண்டில் சுதந்திரமடைந்த இலங்கையில் கல்வி இலவசமாக வழங்கப்படுகின்றது என்பதையும், தாய்மொழியிலேயே குழந்தைகள் கல்வி கற்பதை அந்நாட்டு அரசு நடைமுறைப்படுத்தியிருப்பதையும் இங்கே உதாரணமாகக் கொள்ளலாம். இதைப்போலவே 1957 ஆம் ஆண்டு ஆங்கில காலனித்துவ அரசிடமிருந்து சுதந்திரம் அடைந்த மலேசியா படிப்படியாகத் தனது தாய்மொழிக் கல்வியை நிலைநாட்ட பல்வேறு முயற்சிகளை மேற்கொண்டு எல்லா மாணவர்களுக்கும் இலவசக் கல்வி மற்றும் தாய்மொழிக் கல்வி என்ற வகையில் கல்வியைத் தம் மக்களுக்கு வழங்குவதையும் சான்றாகக் காணலாம். ஆசிய நாடுகளில் தாய்லாந்து, இந்தோனேசியா, வியட்நாம், கம்போடியா ஆகிய நாடுகளிலும் தாய்மொழிக் கல்வியே அடிப்படைக் கல்வியாக அமைகின்றது. இப்படி ஆசிய நாடுகள் பலவற்றிலும் கூட தம் மக்களுக்கான கல்வியைத் தங்கள் தாய்மொழியிலேயே மேற்கொள்ளவேண்டும் என்பதை அரசுகள் ஒவ்வொன்றும் தங்கள் தாய்மொழி உரிமையை விட்டுக்கொடுக்காது தாய்மொழிப் பற்று கொண்டு இயங்கிக்கொண்டிருப்பதைக் காண்கின்றோம்.

இந்நிலையைக் காணும்போது இந்தியச் சூழலில், குறிப்பாகத் தமிழகத்தில் தாய்மொழிக் கல்வி வழங்கும் அரசுப்பள்ளிகளைக் கிராமப்புறத்து ஏழைக் குழந்தைகளுக்கான பள்ளிக்கூடமாக மட்டுமே கருதும் மனப்பான்மை மிக விரிவாக மக்கள் சிந்தனைவெளியில்

ஆழப்பதிந்து வேரூன்றி இருப்பதை நாம் காண்கின்றோம். இந்த இயற்கைக்கு மாறான போலித்தனம் மிகுந்த வாழ்வியல்முறை எவ்விதமான பின்விளைவுகளைச் சமூகத்தில் ஏற்படுத்தும் என்பதை உளவியல் ரீதியாக ஆராய வேண்டியதும் இன்று அவசியமாகின்றது.

தாய்மொழிக் கல்வியின் அவசியத்தை உணர்ந்து கட்டுரைகளின் தொகுப்பாக இந்த நூலை வழங்கியிருக்கும் நூலாசிரியர் முனைவர் விஜய் அசோகனுக்குப் பாராட்டுகள்.

இத்துறையில், மேலும் தாய்மொழிக் கல்வி சார்ந்த பல்வேறு ஆய்வுத் தகவல்களைத் தமிழ் கூறும் நல் உலகிற்கு நூலாசிரியர் வழங்கும் வகையான முயற்சிகளை மேற்கொள்ள வேண்டும் என்றும் கேட்டுக்கொள்கிறேன்.

முனைவர் க. சுபாஷிணி
தலைவர், தமிழ் மரபு அறக்கட்டளை - பன்னாட்டு அமைப்பு

தாய்மொழிக் கல்வியை உணர்வு ரீதியில் அணுகாமல் அறிவியல் ரீதியில் அணுகுகிறது இந்நூல்!

உலகமயமாக்கல் இன்று உலகின் பல மொழி பேசும் மக்களுக்கிடையிலான தொடர்பாடலின் அவசியத்தைக் கொண்டு வந்துள்ளதால், உலகளாவிய ரீதியில் பொதுமொழியாகப் பயன்படுத்தப்படும் ஆங்கிலம் போன்ற மொழிகளில் பாடசாலைக் கல்வியைத் தெரிவுசெய்துகொள்வதுதான் தமது குழந்தைகளின் எதிர்கால வளர்ச்சிக்கு உதவும் என்ற ஒரு தவறான கண்ணோட்டம், இந்தியா, இலங்கை, மலேசியா போன்ற நாடுகளில், வாழும் மத்தியதர மக்கள் மத்தியிலும் இன்று அதிகரித்துவருவதைக் காணலாம். புலம்பெயர்ந்து வாழும் தமிழ் மக்கள் மத்தியிலும், தாய்மொழிக் கல்வியினால் என்ன பயன்? தொழில் தெரிவில் தாய்மொழியின் பங்கென்ன? வாழிட மொழி ஆளுமைக்குத் தாய்மொழி ஊறு விளைவிக்காதா? பெரும்பான்மைச் சமூகத்துடன் இணைந்து வாழ்வதற்கு முட்டுக்கட்டையாகத் தாய்மொழிப் பண்பாட்டுக்கல்வி இருக்காதா? போன்ற பல சந்தேகங்களும் வினாக்களும் நிலவுவதைக் காணக்கூடியதாயுள்ளது. தாய்மொழிக் கல்வி பற்றிய சரியான சிந்தனைத் தெளிவின்மையே இதற்குக் காரணமெனலாம்.

தாய்மொழிக் கல்வியின் அவசியத்தை உணர்வுரீதியாக மட்டும் அணுகாமல், அறிவியல் ரீதியாகவும் வரலாற்றுக் கண்ணேட்டத்துடனும் நிறுவவேண்டியது காலத்தின் தேவையாகும். அத்தகைய ஓர் அரும்பணியை முனைவர் விஜய் அசோகனின் இந்த 'தாய்மொழிக் கல்வி - உலகஅரசியலும் கல்வியியலும்' நூல் நிறைவு செய்திருக்கிறது.

தனிமனிதனின் சுயஅடையாளத்தை உறுதிசெய்யும் மொழியாக மட்டுமல்லாது, மற்றைய மொழிகளைக் கற்றுக்கொள்வதற்கும் அறிவியல்சார் ஆளுமைகளைப் பெற்றுக்கொள்வதற்கும் தாய்மொழியானது எவ்வாறு உதவுகின்றது என்பதை இந்நூல் ஆய்வுகளின் மேற்கோள்களோடு சுட்டிக்காட்டுகிறது. தாய்மொழியை ஆதாரமாகக்கொண்டு, பெரும்பான்மை மொழியை இணைவுமொழியாக இணைத்தக்கொண்ட இருமொழிக்கல்வி ஆளுமை எத்தகைய ஒரு சிறந்த வளம் என்பதை ஆய்வுகளின் அடிப்படையில் புரிந்துகொண்ட 'நோர்டிக்'நாடுகளின் கல்விக் கொள்கைளையும் இந்நூல் சிறப்பாக விவரிக்கிறது. முனைவர் விஜய்

அசோகனின் இந்த நாடுகளுடனான பல்லாண்டு தொடர்பும், அவரது குடும்பத்தின் வாழ்விட அனுபவங்களும் இந்த நூலின் கருத்தாடலுக்கு வலுச் சேர்க்கிறது.

UNESCO நிறுவனத்தின் கணிப்பொன்று, உலகின் 7,000 பேசுமொழிகளில் ஏறத்தாழ *3500* மொழிகள் இந்நூற்றாண்டு இறுதிக்குள் இறந்துபோய்விடும் என்கிறது. புலம்பெயர் நாடுகளில் வருங்காலத் தமிழ்ச் சமூகம் தாய்மொழியை இழந்துவிடுமோ என்ற ஏக்கமும் நம்மில் பலரிடம் நிலவுவதைக் காணக் கூடியதாயுள்ளது. இந்நூலில் இணைக்கப்பட்டுள்ள, வரலாற்று ரீதியாகத் தமிழ்மொழியானது தனது இருப்பை நிலைநாட்ட எவ்வாறு முயன்றுவந்திருக்கிறது பற்றிய தகவல்கள், தமிழ்மொழிக்கல்வியைப் புலம்பெயர் நாடுகளில் பாதுகாத்துச் செழுமைப்படுத்த அயராது உழைக்கும் ஆசிரியர்களுக்கும் பணியாளர்க்கும் உற்சாகத்தையும் நம்பிக்கையையும் அளிக்கும் என்பது உறுதி.

உலகின் செம்மொழிகளில் ஒன்றாய்ப் போற்றப்படும் எமது தமிழ் மொழியை, பாரதியின் கூற்றுக்கிணங்க, 'தேமதுரத் தமிழோசை உலகமெலாம் பரவும் வகை செய்தல் வேண்டும்' என்ற முனைப்பில் வருங்காலத்திலும் முனைவர் விஜய் அசோகனின் இத்தகைய பங்களிப்புகள் அமைய எனது நல்வாழ்த்துகள்!

பேராசிரியர் தயாளன் வேலாயுதபிள்ளை
மேற்கு நோர்வே பல்கலைக்கழகம்,
பேர்கன், நோர்வே.

மதிப்புரை

"காலத்தால் அழியாத செல்வம் கல்வி" என்கிறார் வள்ளுவ பெருந்தகை. அதிலும் "தாய்மொழி வாயிலான கல்வி" என்பது ஒவ்வொரு தேசிய இனங்களின் மனிதவள மேம்பாட்டிற்கும் மிகப் பெரிய நெம்புகோலாக இருப்பவை.

ஏனெனில் மொழி என்பது வெறும் மனிதர்களை இணைக்கும் கருவியாக மட்டுமே இருப்பதில்லை. மண் சார்ந்த கலை, இலக்கியம், கலாச்சாரம் எனப் பல்வேறு கூறுகளைப் பன்னெடும் காலம் தொய்வில்லாமல் தொடர்ந்து எடுத்துச் செல்வதில் பெரும் பங்கினைத் தாய்மொழி வகிக்கிறது. இத்தளத்தில், நம் தாய்மொழியாகிய தமிழ் மொழியின் பலம் இலக்கண கட்டமைப்பில் மட்டுமில்லை, பல நூற்றாண்டுகளைக் கடந்து ஒவ்வொரு காலக் கட்டத்திலும் பல்வேறு மொழிகளையும் நெகிழ் தன்மையோடு உள்வாங்கி தொன்றுதொட்டு தொடர்வதே. ஆகையால்தான் இன்றும் தமிழ் மொழி உலகம் போற்றும் செம்மொழியாகத் திகழ்ந்துவருகிறது.

சம காலத்தில் தமிழர்கள் உலகெங்கும் பரந்து விரிந்து வாழ்கின்றனர். குறிப்பாக, அறிவியல் மற்றும் நுட்பத் துறைகளில் குறிப்பிடத்தக்க உயர்நிலைகளில் கோலோச்சுகின்றனர். இவர்களில் பெரும்பாலோனோர், தாய்த் தமிழகத்தில் ஆரம்பப் பள்ளிக் கல்வி முதல் உயர்நிலைப் பள்ளி வரை தாய்மொழியில் பயின்றவர்களே. ஆனால், உலகமயமாக்கலுக்குப் பின் தமிழகத்தில் தாய்மொழி வழிக் கல்வியில் ஏற்பட்டிருக்கும் பெரும் மாற்றங்கள் மற்றும் அதன் தாக்கங்கள் குறித்த பார்வையினை வெகுசிலரே பதிவு செய்துள்ளனர். இந்தச் சூழலில் "தாய்மொழிக் கல்வி உலகஅரசியலும் கல்வியியலும்" என்ற இப்புத்தகத்தின் தேவை மிக அவசியமானதாக உணர்கிறேன்.

சுதந்திர இந்தியாவிற்கு முன் நம் மண்ணில் அறிமுகமான மெக்காலே கல்வித் திட்டம் துவங்கி, இன்றைய நீட் நுழைவுத் தேர்வில் தமிழ் மொழி வழிக் கல்வி மாணவர்கள் எவ்வாறு வஞ்சிக்கப்படுகிறார்கள் என்பது வரை விரிவான தரவுகளுடன் விவரிக்கிறது இப்புத்தகம். வெறும் உணர்ச்சிக் குவியலோடு நிற்காமல், தாய்மொழியோடு பிற மொழிகள் கற்பதன் அவசியத்தையும் அதன் நன்மைகளையும்

உதாரணத்தோடு விளக்குகிறது இப்புத்தகம். இப்புத்தகத்தின் பலமே கடினமான மொழி நடையில் இல்லாமல் வெகுசன மக்களுக்கான புரிதல் வேண்டி எளிய நடையில் எழுதப்பட்டுள்ளது. மேலும், சுதந்திர இந்தியாவிற்குப் பிறகு, தமிழகத்தை ஆண்ட காங்கிரஸ், அதன் பின் வந்த திராவிட ஆட்சிகளில் தாய்மொழி வழிக் கல்வியில் கொண்டுவரப்பட்ட திட்டங்கள், சவால்கள், குறைகள் என தெளிவாக விளக்குகிறது இப்புத்தகம்.

என்னைப் பொறுத்த வரையில், தாய்மொழி வழிக் கல்வியில் தமிழகத்தில் அறிமுகப்படுத்தப்பட்ட "சமச்சீர் கல்வித் திட்டம்" ஒரு மைல்கல் என்றே சொல்வேன். மேட்டுகுடி மாணவர்களுக்கு மட்டுமே வாய்ந்திருந்த மைய அரசின் மெட்ரிக் மற்றும் சிபிஎஸ்சி பாடத்திட்டதிற்கு நிகராகவும், அவற்றிற்குச் சவால் விடும் வகையிலும் புதிய வடிவில் கொண்டு வரப்பட்ட சமச்சீர் கல்வி பாடத்திட்டத்தைத் தொடர்ச்சியாக அதன் நிறை, குறைகளை ஆய்வு செய்யாமல் அப்படியே போட்டுவிட்டு மீண்டும் வேறு வடிவிலான அதிக சுமையோடு கூடிய பாடத்திட்டத்தைத் தற்போது அறிமுகப்படுத்தியுள்ளார்கள். இது கைக்கு எட்டியது வாய்க்கு எட்டாததைப் போல தாய்மொழி வழிக் கல்வியிலான அருமையினைச் சிதைக்கவே செய்யும். இது குறித்த விரிவான பார்வையினை விறுப்பு வெறுப்பு இல்லாமல் இப்புத்தகம் பதிவு செய்திருப்பதை நாம் பாராட்டியே ஆக வேண்டும்.

வெகுசன மக்களின் பார்வையோடு, ஆய்வுநோக்கிலும் தாய்மொழி சார்ந்த கல்வியினை ஐரோப்பிய நாடுகள் எவ்வாறு தருகிறது என்பதை விரிவாகப் பல்வேறு ஆதாரங்களுடன் விளக்குகிறது இப்புத்தகம். மேலும் இந்நூலின் ஆசிரியர் முனைவர் விஜய் அசோகன், தன் சொந்த வாழ்வில் எவ்வாறு புலம் பெயர் சூழலில் தமது குழந்தைகளுக்குத் தாய்மொழியினை விடாமல் தந்திருக்கிறார்கள் என்கிற வாழ்பனுவத்தையும் இந்நூலில் பகிர்ந்துள்ளார்.

பல்வேறு இனக்குழுக்கள் உள்ள சூழலில் பன்னெடும் புகழ் படைத்த தமிழ் போன்ற செம்மொழி இந்திய துணைக் கண்டத்தில் ஒரு வட்டார மொழி என்னும் சிறிய வட்டத்திற்குள் அடைக்கப்படும் அபாயம் நிறைந்த சூழல் தற்போது உள்ளது. தமிழகத்தின் இச்சூழலை ஒரே மொழி பேசும் தாய்மொழி வழிக் கல்வியிலான நாடுகளோடு (கொரியா, ஜப்பான்) ஒப்பிட இயலாது. இது நாம் தாய்மொழி வாயிலாக அடைய வேண்டிய இலக்குகள் குறித்த நம்பிக்கையும் உற்சாகமும் தருமே தவிர எதார்த்தச் சூழலில்

நமக்கான சிக்கலை, அரசியல் அதிகாரத்தை எவ்வாறு பெற்றுத்தரும் என்ற வழிகாட்டுதலைத் தராது.

அரசியல் அதிகாரத்தை விட்டுக் கொடுக்காமல் ஒரு பெருந்தேசிய இனத்தின் மொழி எவ்வாறு தகவமைப்போடு இருக்க வேண்டும் என்ற நோக்கில் ஐரோப்பிய நாடுகளின் தாய்மொழி வழிக் கல்வி திட்டங்களைப் பெரும் ஆய்வு செய்து அவற்றைத் தொகுத்து தந்திருப்பதுதான் இப்புத்தகத்தின் மிகப் பெரிய பலமே. இதுவே நம் தமிழ் மொழியிலான பள்ளிக் கல்விக்குப் பெரிய உதாரணமாக இருப்பவை.

தமிழ் மொழி வாயிலான கல்விக்கு நாம் முன்னெடுத்துள்ள போராட்டங்கள் மற்றும் முன்னெடுப்புகள் குறித்து விரிவாக பேசுகிறது இப்புத்தகம். குறிப்பாக, 90களுக்குப் பிறகு பிறந்த பலருக்கும் தாய்மொழி வழியிலான கல்விக்கு நாம் எத்தையக போராட்டங்களை நிகழ்த்தியிருக்கிறோம் என்ற புரிதலை இப்புத்தகம் தரும். எளிய வெகுசன மக்களின் பார்வையோடு, தத்துவவியல் மற்றும் ஆய்வு நோக்கிலும் எழுதப்பட்ட இந்நூலினை எல்லோரும் வாசிக்க வேண்டுகிறேன்.

மிக கடினமான பணிச் சூழலில், தாய்மொழி வழிக் கல்வியின் அவசியம் கருதி பெரும் சிரத்தையுடன் இப்புத்தகத்தினைத் தொகுத்து எழுதிஇருக்கும் நண்பர் முனைவர் விஜய் அசோகனுக்கும், ஆழி பதிப்பகத்திற்கும் எனது வாழ்த்துகளும், நன்றியும்.

முனைவர் **சுதாகர் பிச்சைமுத்து**,
சுவான்சி பல்கலைக்கழகம்
வேல்சு, பிரித்தானியா.
27/11/2019

ஆசிரியர் உரை

தாய்மொழிக் கல்வியும் என்னுடைய வாழ்வும்!

தமிழகப் பள்ளிகள், கல்லூரிகளில் படித்தக் காலம் வரையில் கூட தாய்மொழிப் பற்று இருப்பினும், ஏன் கல்லூரிகளில் ஆங்கிலம் வழியிலான பாடத்திட்டங்கள் இருக்கின்றன என்ற சிந்தனைத் தோன்றவில்லை. முதன்முதலில் நோர்வே நாட்டிற்கு முனைவர் பட்ட ஆய்விற்காகப் பயணத்தைத் தொடங்கிய வேளையில், சென்னையில் இருந்து ஜெர்மன் நாட்டின் ஃபிராங்க்ர்டு நகரத்திற்கு நான் ஏறிய லுஃப்தான்சா விமானத்தில் ஒலித்த தமிழ் அறிவிப்புகள் என் சிந்தனைக்கான விதை எனலாம்.

நோர்வே பல்கலைக்கழகப் பாடதிட்டங்கள், வகுப்பு மொழி, தேர்வு, கடிதங்கள், தொழிற்சாலை நிறுவனங்களில் எங்கும் எல்லா இடத்திலும் நோர்வேஜிய மொழியிலேயே இருந்ததும், ஆங்கிலம் என்பதன் அவசியமே இல்லாமல் நோர்வேயில் வாழத் தொடங்கிய காலம் என் சிந்தனைக்கான அடுத்தக் கட்டக் காலம் எனலாம்.

ஐரோப்பிய பயணங்களில் எந்த நாடுகளிலும் ஆங்கிலத்தின் அவசியமற்ற வாழ்க்கைச்சூழல், குறிப்பாக, ஃபிரான்சு, இத்தாலி, போர்த்துக்கல் நாடுகளின் பயணங்களில் நான் கண்டு வியந்த வாழ்க்கைமுறை, மேலும் மேலும் பலவற்றைக் கற்றுக்கொடுத்தது எனலாம்.

எனக்குத் திருமணமாகி நோர்வேயில் குழந்தை பிறந்தபொழுது, மருத்துவர்கள் தாய்மொழி பேசுதல் தொடர்பான ஆலோசனை, அது தொடர்பாகப் படித்து அறிந்த செய்திகள், நோர்வே, சுவீடன், ஃபின்லாந்து, டென்மார்க் நாடுகளின் பள்ளிக்கல்வியில் அவரவர் தாய்மொழிக்கும் தங்கள் நாட்டிற்குக் குடிப்பெயர்ந்து வந்தவர்களின் தாய்மொழிக்கும் அவர்கள் கொடுக்கும் அங்கீகாரம் கல்வித்துறைச் சார்ந்த புதுப்பார்வையை எனக்கு விளக்கியது.

நோர்வேயில் முனைவர் பட்டம் பெற்றபின் தமிழகத்தில் சுற்றிய நாட்களில் அறிமுகமாகி நெருக்கமான நட்புடன் தொடர்ந்த

மேட்டூர் தாய்த்தமிழ்ப் பள்ளியின் தாளாளர் தமிழ்க்குரிசில் ஐயாவின் உறவும் அவர் மூலம் அறிமுகமான அரசுப் பள்ளிகளின் ஆசிரியர், ஆசிரியைகளுடனான நட்பு, உரையாடல், விளக்கங்கள் நம் ஊரில் நம் குழந்தைகளின் கல்வியில் சமூகநீதியின் ஒரு வடிவமே தாய்மொழி வழியிலான கல்வி என்பது விளங்கியது.

சீனாவில் பல்கலைக்கழக ஆய்வு வாழ்க்கையில் கண்டுணர்ந்த அவர்கள் தாய்மொழிக் கல்விக்கும் அவர்கள் அறிவாற்றலுக்குமான தொடர்பு பல்வேறு செய்திகளை எடுத்துக்காட்டியது.

இவையனைத்தும் சேர்த்துத்தான் நோர்வேயில் பிறந்த எங்கள் குழந்தை கவின் திலீபனைக் கோவையில் அரசு நிதியுதவிப் பள்ளியில் தமிழ் வழிக் கல்வியில் படிக்க வைக்கத் தூண்டியது. சுவீடனில் குடியேறி, இங்குள்ள பள்ளியில் எங்கள் மகன் படிக்கத் தொடங்கிய வேளையில், அவருக்கான முதற்கட்டச் சோதனைகளைத் தமிழில் வைத்தார்கள் என்பது அதிமுக்கியத்துவம் வாய்ந்த செய்தியினை எனக்கு உணர்த்தியது.

2017 செப்டம்பரில் திருப்பூரில் கல்வி மேம்பாட்டுக் கூட்டமைப்பு நடத்திய மாநில கல்வி உரிமை மாநாட்டில் நான் பேசிய, "உலகெங்கும் தாய்மொழிக் கல்வி" என்னும் உரையே இப்புத்தகத்தின் ஆணிவேர் எனலாம். அவ்வுரையினை நூலாக்க வேண்டும் என பேராசிரியர் பிரபா கல்விமணியும் (பேரா. கல்யாணி) மறைந்த தமிழ்க்குரிசில் ஐயாவும் பலமுறைக் கூறினர். சிங்கனூர் தாய்த்தமிழ்ப் பள்ளியின் தாளாளர் எழில், கல்வி மேம்பாட்டுக் கூட்டமைப்பைச் சார்ந்த ஆசிரியர் மூர்த்தி உள்ளிட்டோர் தொடர்ந்தும் இப்பணி குறித்து அவ்வப்பொழுது பேசி உற்சாகமூட்டினர். வாசல் பதிப்பகத்தின் ரத்தின விஜயன் தாய்மொழிக் கல்வி குறித்தக் கட்டுரைகளை நூலாக துணை நிற்பதாகக் கூறி மேலும் உற்சாகமூட்டினார்.

தமிழகக் கல்வித் தொடர்பான என்னுடையக்களச் செயற்பாட்டிற்கு ஆணிவேராக இருந்த தோழர் நியாஸ் அகமது அவர்களின் 'பார்த்துக்கலாம் தோழர், துணிந்து செய்யுங்கள்' என்னும் வரிகள் எதிரொலித்துக்கொண்டே இருப்பதையும் சுட்டிக்காட்ட விரும்புகிறேன்.

இத்தனைச் சூழல்கள், செயற்பாடுகள், அனுபவங்கள், தோழர்களின் அன்பு உறவுகள், வழிகாட்டல்களோடுதான் இப்புத்தகத்தின் கட்டுரைகளைக் கடந்த 2 ஆண்டுகளாக எழுதி வந்தேன். இப்புத்தகத்தினை வெளியிடும் ஆழி பதிப்பகத்திற்கும் கடந்த ஓராண்டு

காலமாக பல பயணங்கள், அரசியல் விவாதங்கள், செயற்பாட்டுக் களங்களில் தோழமையுடனும் உரிமையுடனும் வழிகாட்டும் ஆழி செந்தில்நாதன் அவர்களுக்கும் என் சிறப்பு நன்றிகள்!

முனைவர் **விஜய் அசோகன்**,
சால்மர்ஸ் பல்கலைக்கழகம், சுவீடன்.

தாய்மொழிக் கல்வியும் பிறமொழிகள் கற்பதன் அவசியமும்

மொழி என்பதில் சிறியது, பெரியது என்று ஒன்றுமே இல்லை! வீட்டின் மொழியையும் கற்பிக்கப்படும் மொழியையும் இணைப்பதால், தாய்மொழிக் கல்வியே சிறந்தது. தாய்மொழியினை குழந்தை முழுமையாகப் பகுத்துணரும் வரையில் கல்வி மொழி தாய்மொழியிலேயே இருத்தல் வேண்டும். அந் நிலத்தில் பெரும்பான்மையினர் பேசும் மொழியினைத் தாய்மொழியென கொள்ளல் ஆகாது - *UNESCO 1953.*

தாய்மொழி குறித்தான விளக்கம் பலவகையில் மாறுபட்டாலும், ஒரு குழந்தை எந்த மொழியின் மூலமாக இவ்வுலகை அறியத் தொடங்குகிறதோ அதுவே தாய்மொழியெனக் கொள்ளலாம்.

1. குழந்தையின் பிறப்பும் வளர்ப்பும் தாய்மொழியின் தாக்கமும்:

குழந்தை பிறப்பதற்கு 10 வாரங்கள் முன்பிருந்தே, ஒலியினைக் கேட்கத் துவங்குகிறது. பிறந்தது முதலே, தாயின் மொழியின் ஓசையால், தன்னைப் பாதுகாப்பாகவும், மகிழ்வாகவும் கருதுகிறது. இத்தகைய தருணங்களில் இருந்தே, குழந்தையின் தாய்மொழியும் மூளையின் செயல்பாடும் ஒன்றாகிறது.

ஒரு குழந்தை பிறந்தது முதல் ஒலியின் அடிப்படையில் அனைத்தையும் பகுத்துணரத் தொடங்குகிறது. இவ்வுலகில் அனைத்து மொழிகளையும் உள்ளடக்கினால், மொத்தமாக 800 விதமான ஒலிகள் உள்ளன. குழந்தை இயற்கை வரம், இத்தகைய 800 ஒலிகளையும் பிரித்து உணரும் ஆற்றல் கொண்டது.

பிறந்தது முதல் இத்தகைய ஆற்றல் உண்டு என்றபொழுதிலும், குழந்தை பிற மொழியினைக் கற்க, பகுத்துணர, தொடர்ச்சியான மூளையின் செயல்பாடுகளில் வாய்ப்பு உள்ளதெனினும், முதல் ஆறு மாதத்தில் தன்னைச் சுற்றி ஒலிக்கப்படும் மொழியில் இருந்துதான் மூளையின் தொடக்கக்காலச் செயலோட்டங்கள் உருவாகின்றன. அதனாலேயே, பிற மொழியினைக் கல்வி மொழியாக ஏற்கும் முன்னர், குழந்தையின் அடிப்படை மூளையில் பதிந்துள்ள மொழியின் வழியே தொடக்கக் கால கல்வியின் மூலம் அறிவூட்டுவது நீண்ட கால ஆரோக்கியமான மூளை செயல்பாட்டிற்கு உகந்ததாகிறது.

இதில் மிக குறிப்பாக, குழந்தை பிறந்தது முதலான மூளையின் செயல்பாட்டின்படி, அக்குழந்தையுடன் நேரடியாக உரையாடும் சொற்கள், ஒலி, மொழியில் இருந்துதான் அக்குழந்தை தன் சிந்தனைக்கும், தன் உச்சரிப்பிற்கும், செயல்பாட்டிற்கும் எடுக்கிறது. தன்னுடன் நேரடியாகப் பேசப்படாத எந்த ஒலியினையும் அது தாய்மொழியின் ஒலியே எனினும் அக்குழந்தையின் மூளையின் செயலோட்டத்தில் இடம்பெறாது.

குழந்தை தனது இரண்டாம் வயதில் இருந்து, தான் பார்க்கும் பொருட்களின் பெயரை, தன் சுற்றத்தார் சுட்டிக்காட்டித் தன்னுடன் உச்சரிக்கும் வார்த்தையையும் பொருத்திப்பார்த்து, தனக்குத் தெரிந்த தாய்மொழியோடு தன் வாழ்வின் அனைத்து நொடிகளையும் இணைத்துக்கொள்கிறது. கிட்டத்தட்ட, இத்தருணத்தில் இருந்து, குழந்தை தாய்மொழி வழியே தனது கற்றலைத் தொடங்குகிறது எனலாம்.

இத்தகைய நிலையில் இருந்தே, அக்குழந்தை பள்ளிக்கு வரும் முன் 3000 சொற்களை மூளையில் பதிந்து வளர்ந்துவருகிறது.

குழந்தையின் ஐந்து அல்லது ஆறு வயதிற்குப் பின்னரான பள்ளிக்கல்விக்கு நுழையும் முன்னர், அக்குழந்தைக்குக் குறைந்தது மூவாயிரம் சொற்கள் தெரிந்திருக்கும். தெரிந்திருக்க வேண்டியது மிக அவசியமும் ஆகிறது. அப்படி அறியப்பட்ட சொற்களின் மொழி வழியே அடிப்படையான பள்ளிக் கல்வி அமையும்பொழுது தொடர்ந்து சிந்திக்கும் திறனை அக்குழந்தை அடைகிறது.

மூளை புதுப்புது சொற்களை உள்வாங்கவும் பகுத்துணர்ந்து கற்கவும் மனிதனின் வாழ்நாள் முழுவதும் வாய்ப்பு உள்ளதெனினும், முதல் ஆறு மாதத்தில் உள் வாங்கும் மொழியின் அடிப்படையிலேயே குழந்தை தன்னை அடுத்தடுத்த 5-6 வயது வரை தகவமைத்துக்கொள்கிறது.

5-6 வயதிற்குப் பின்னர், பள்ளிக்கல்வியின் தொடக்க வயதில், வாக்கியங்கள் அமைக்கவும், இலக்கணம் உணர்ந்து பேச, பகுத்துணர, செயல்படத் தொடங்குகிறது.

சுருக்கமாக, குழந்தை பிறந்தது முதல், சுற்றுவட்டத்தில் பேசப்படும் மொழியின் ஒலியினை உள்வாங்கி, தன்னுடன் பேசப்படும் மொழியின் ஒலி வடிவில் தன்னை வளர்த்துக்கொண்டு, 5-6 வயதிற்கு மேல்தான் தான் கற்ற, உணர்ந்த மொழியில் வாக்கியம் அமைக்கவும் இலக்கணத்தோடு பேசவும் தொடங்குகிறது.

(இணையச்சுட்டிகள்:1)https://www.sciencedaily.com/releases/2017/11/171102091111.htm 2) https://www.idra.org/resource-center/brain-development-and-mastery-of-language-in-the-early-childhood-years/)

இங்குத்தான் தாய்மொழி, அல்லது முதன்மை மொழிக்கல்வி மிக முக்கியம் ஆகிறது. தாய்மொழியினை முறையாக மூளையின் செயல்பாட்டுச் செல்களில் பதிக்கப்பட்டப்பின் எத்தனை மொழியினை வேண்டுமானாலும் குழந்தையால்/மனிதரால் கற்று சிறந்துவிளங்க முடியும். அதிலும், குறிப்பாக, கிராமப்புற, சிறு நகரப்பகுதியில் குழந்தைகள் பிறந்தது முதல், பள்ளிப்பருவம் வரையில் தன்னைச் சுற்றி தமிழ் மொழியினை மட்டுமே கேட்டும், உணர்ந்தும் வாழ்வதால் தமிழ் வழிக்கல்வி மிக அவசியமாகிறது.

உதாரணமாக, எங்கள் இரு குழந்தைகளும் நோர்வே நாட்டில் பிறந்தனர். அவ்விரு குழந்தைகளுடனும் நானும் என் மனைவியும் பிற மொழி கலக்காத தமிழில் பேசினோம், விளையாடினோம், கொஞ்சினோம். வீட்டிற்கு வெளியே, நோர்வே மொழி எங்கெங்கும் ஒலிக்கப்பட்டாலும், பிற தமிழ்நாட்டவர்களுடன் பழகும் பொழுது, ஆங்கிலம் கலந்த தமிழ் ஒலிகளும், ஈழத்தமிழர்களுடன் பழகும் பொழுது நோர்வே மொழி கலந்த தமிழில், எங்கள் குழந்தைகள் சுற்றத்தில் ஒலிக்கப்பட்டாலும், வீட்டிலும் வெளியிலும் எங்கள் குழந்தைகளுடனான உரையாடல் தமிழில் மட்டும் இருந்ததால், தமிழகம் வந்து அரசு நிதி உதவி பள்ளிக்கூடத்தில் தமிழ் வழிக் கல்வி கற்கத் தொடங்கிய பொழுது, எவ்வித இடையூறோ, தடையோ இல்லாமல் கல்வியினைப் பெற்றார்கள். அதன் வழி ஆங்கில மொழிப் பாடத்திலும் சிறந்து விளங்கினார்கள். இதனை நாங்கள், சொந்தமாகப் பரீட்சித்துப் பார்த்து வெற்றி பெற்றுள்ளோம்.

2. குழந்தை வளர்ச்சிப்பருவத்தில் பல மொழிச் சூழலும் கல்வியின் தாக்கமும்:

குழந்தையின் பெற்றோர்கள், இரு மொழியினராக இருக்கும்பட்சத்தில், தாயும் தந்தையும் தன்னுடன் பேசும் மொழியினைச் சரியாக பிரித்துப்பார்த்து, தானாகவே முயன்று உணர்ந்துகொள்ளும். இங்குத்தான் ஒரு செய்தியினை கவனத்தில் கொள்ள வேண்டும். இரு மொழிகளையும் கலப்பில்லாமல் பேசும் சூழல் மிக முக்கியம். வெவ்வேறு மொழி பேசும் பெற்றோர்கள் அமையும்பொழுது, குழந்தையுடன் நேரடியாக உரையாடும் சூழலில் இரு மொழிகளையும் குழந்தையின் மூளை உள் வாங்கிக்கொள்ளும். மொழிக்கலப்புதான் பேராபத்து.

ஆங்கிலம் கலந்த தமிழும் தமிழ் கலந்த ஆங்கிலமும் போல் அல்ல! ஒருவேளை ஆங்கிலம் பேசினால் ஆங்கிலம் மட்டுமே, தமிழ் பேசினால் தமிழ் மட்டுமே!

ஆங்கிலம் மட்டுமே வீட்டில் கூட பேசும் பெரு நகர மேட்டுக்குடிகள், அல்லது வெளிநாடுகளில் வாழ்ந்து வருபவர்கள் அந்நாட்டு மொழியையே தங்கள் வீட்டு மொழியாகவும் குழந்தையுடனான உரையாடல் மொழியாகவும் பேசும்பொழுது, முதன்மை மொழியிலேயே அக்குழந்தை சிந்தித்துச் செயல்படுவதால், பிரச்சனை இல்லை.

மொழிக்கலப்பில்லாத, குழந்தையுடன் நேரடியாக உரையாடப்படும் மொழியில் இருந்து பள்ளிக்கல்வி தொடங்கும் முன் குழந்தை 3000 சொற்களை நன்குணர்ந்து, பகுத்துணர்ந்து கற்றிருக்குமாயின் அம்மொழியிலேயே குழந்தையின் தொடக்கக் கல்வி அமைவதில் பிரச்சனை இல்லை. தாய்மொழியோ, தந்தை மொழியோ, அல்லது வீட்டு மொழிகளில் ஒன்றாகவோ இருக்கலாம். ஆனால், குழந்தையுடன் நேரடியாக உரையாடப்பட்ட மொழியாக இருக்க வேண்டும்.

இத்தகையச் சூழல்களில் தான் கல்வி மொழியின் தாக்கத்தை நாம் தமிழகத்தில் பெரு நகர, நகர, கிராமப்புற மாணவ, மாணவியர்களின் வாழ்வோடும் சிந்தனையோடும் பொருத்திப் பார்க்க வேண்டியுள்ளது. தமிழ்நாடு அரசுப் பள்ளிக்கூடங்கள் அனைத்தும் ஆங்கில வழிக்கல்விக்கு மாற்றம் காணும் சூழல் ஆபத்தானது என்பதனை மேலே கூறிய கூற்றுகளின் வழியே உணர்வது நலம்.

இரு மொழிகளைக் குழந்தை ஒரு சேர கற்பதும் மூளையின் ஆரோக்கியமான செயல்பாட்டிற்கு உகந்ததுதான். இன்னும் சொல்லப்போனால், வளர்ந்த மனிதனே கூட, தன்னுடைய ஒவ்வொரு காலப்பகுதியிலும் வெவ்வேறு மொழிகளைக் கற்பது மிக அவசியம்தான். மொழியினைப் பகுத்துணர ஒதுக்கிவைத்திருக்கும் நரம்பு மண்டலங்கள் ஒரே மொழியின் ஒலியைக் கேட்கும்பொழுது செயல்பாட்டுத் தேக்கம் அடைகிறது. அதுவே, பல மொழிகளை கேட்கும் பொழுது மொழிக்கான நரம்பு மண்டலம் விரிவடைந்து தளராமல் வேலை செய்வதால், மூளையின் ஆரோக்கியமான செயல்பாடுகளிலும் தாக்கத்தை ஏற்படுத்துகிறது.

இன்னும் சொல்லப்போனால், வயதாக வயதாக, மூளையின் செயல்பாட்டில் தேக்கம் ஏற்படும், சிந்தனையில் தளர்ச்சி ஏற்படும். பிற மொழிகளைத் தொடர்ச்சியாக கற்கும்பொழுது மூளையின் நரம்பு மண்டலங்களின் செயல்பாட்டில் தாக்கம் ஏற்பட்டு, தசையினைக் கட்டுப்படுத்துதல் முதல், உணரும் திறன், முடிவெடுக்கும் திறன் போன்றவற்றில் ஆரோக்கியமான மாற்றங்கள் உருவாகும். வயதான காலத்தில் உருவாகக்கூடிய அல்ஜெமீர் *(Alzheimer disease)* நோய் வராமல் தடுக்கவும் பல மொழிகளைக் கற்பது அவசியம் (இணையச்சுட்டிகள்:

1) https://www.sciencealert.com/bilingual-brains-have-higher-volume-of-grey-matter-study-suggests

2) Bialystok E (2011). "Reshaping the Mind: The benefits of Bilingualism". Canadian Journal of Experimental Psychology. 4 (60): 229-235.).

ஐரோப்பிய நாடுகளில் பெரும்பாலும் தாய்மொழிதான் கல்வி மொழியென்பது அனைவருக்கும் தெரியும். அதேவேளை, அவர்கள் தங்கள் நாட்டின் மொழி தவிர்த்து ஐரோப்பிய மொழிகளில் ஒன்றை, தமிழ் உள்ளிட்ட சர்வதேச மொழிகளில் ஒன்றை, கட்டாயமாகப் பள்ளிகளில் கற்றுத் தேர்ந்திருக்க வேண்டியவையாக நடைமுறைப்படுத்தி வருகிறார்கள். ஆங்கிலம் என்பது துணைப் பாடமாக இந்நாடுகளில் வருகிறது. மேலே கூறிய மூளை வளர்ச்சிக்கும் உடல் ஆரோக்கியத்திற்கும் பல மொழிகள் கற்பது அவசியம் என அறிவியல் ஆய்வுகள் உணர்த்துவதைச் செயல்படுத்தி வருகிறார்கள் என்பதனை உணர்க!

மொழிகளைத் தொடர்ந்து கற்பது ஆரோக்கியம்தான், எல்லாவற்றுக்கும் அடிப்படை தாய்மொழியே என்பதனையும் நாம் மறத்தல் ஆகாது!

தாய்மொழி அல்லாத பிற மொழியோ, அல்லது அந்நாட்டின் ஆதிக்க மொழியோ கல்வி மொழியாக இருக்கும் நாடுகளின் குழந்தைகளின் கற்கும் திறன், கல்வி பயிலும் காலங்கள், அவர்களின் உயர்க்கல்வி வாய்ப்புகள் குறித்தான ஆய்வுகளைப் பல ஆண்டுகளாகக் கல்வியாளர்கள், குழந்தை மருத்துவர்கள், மூளை, நரம்பியல் மருத்துவ ஆராய்ச்சியாளர்கள் மேற்கொண்டு வந்தனர். வருகின்றனர்.

முக்கியமாகச் சில அடிப்படை முடிவுகள் உலகெங்கும் ஏற்றுக்கொள்ளப்பட்டுள்ளது.

குழந்தையின் 5-8 வயது வரையில் தாய்மொழிக் கல்வி மிக அவசியம். அதுவே, அக்குழந்தையின் ஆரோக்கியமான மூளை வளர்ச்சிக்கும், சிந்தனைத் திறனுக்கும், செயல்திறனுக்கும் வழிவகுக்கும். எந்த மொழியோடு ஒரு குழந்தை குடும்பத்தோடும் சமூகத்தோடும் உறவாடுகிறதோ, அதுவே தாய்மொழி அல்லது முதன்மை மொழி என வரையறுக்கப்படுகிறது.

தாய்மொழியோடு அக்குழந்தை பிற மொழிகளையும் கற்கலாம். பல மொழிகளை ஒரு சேர கற்பதும் மூளை வளர்ச்சிக்குப் பெரிதும் உகந்த செயல்பாடுதான். ஆனால், தாய்மொழியினை முறையாகவும் தொடர்ச்சியாகவும் கற்கும்பொழுதே, பிற மொழியினைச் சீராகக் கற்கவும் முடியும், மூளை வளர்சிக்கும் உகந்ததாகவும் இருக்கும். அனைத்திற்கும் அடிப்படையே தாய்மொழிதான்.

முதன்மை மொழி அல்லது தாய்மொழியில் ஒரு குழந்தை முழுமையான அடிப்படை அறிவினைப் பெற குறைந்தது 12 ஆண்டுகள் எடுக்கும். 12 வயதிற்கு முன்பே, பிற மொழிக் கல்வி பெறும் சூழல் உருவாகும்பட்சத்தில், அக்குழந்தைக்கு முறையான, நிலையான தாய்மொழிக் கல்வியையும் பெறும் சூழலை உருவாக்க வேண்டும். அத்தகைய சூழலினாலே, அக்குழந்தை, பிறநாடுகளிலோ, பிற மொழி பிரதேசங்களிலோ வளரும்பொழுது, ஆரோக்கியமான கல்வித்திறனைப் பெறும்.

அறிவியல், கணிதம் உள்ளிட்ட பாடப்பிரிவுகளைப் பிற மொழியில் கற்க வேண்டுமாயின், குழந்தை அந்த மொழியினைத் தொடர்ச்சியாக 5-6 ஆண்டுகள் கற்க வேண்டும். உதாரணமாக,

ஒரு குழந்தை ஆங்கில மொழியில் அனைத்து பாடங்களையும் கற்று சிறந்து விளங்க, 5 வருடங்கள் ஆங்கிலத்தை மொழிப் பாடமாகப் படித்திருக்க வேண்டும். அதற்கு முன்பும், இணையாகவும் தமிழைப் படிக்க வேண்டும். தமிழில் அறிவியல், கணிதம் இருக்க வேண்டும். ஆங்கிலம் தொடர்ச்சியாக 5 வருடங்களுக்கு துணை மொழிப்பாடமாக இருக்கலாம்.

தமிழ்நாட்டுச் சூழலைப் பொறுத்தமட்டில், நாம் சிந்திக்க வேண்டிய மாற்றம் நிறைய உள்ளபொழுதிலும், கல்வி மொழி குறித்து நாம் முன் மொழிய வேண்டியவை:

அ) தொடக்கக் கல்வி தமிழ் மொழியில் இருத்தல் வேண்டும்.

ஆ) 6 ஆம் வகுப்பு முதல் ஆங்கில மொழியினைத் துணைப்பாடமாக வைத்தல் வேண்டும். சிறப்புப் பயிற்சி பெற்ற ஆசிரியர், ஆசிரியைகளைக் கொண்டு வகுப்புகள் நடத்தப்பட வேண்டும்.

இ) கல்லூரிகளில், ஆங்கில வழிப் பாடத்திட்டத்தில் தமிழ் துணை மொழியோடு (தமிழ் வழி பாடத்திட்டத்தில் ஆங்கில மொழி துணைப்பாட மொழியோடு) ஐரோப்பிய, ஜப்பானிய, சீன மொழிகளில் ஒன்று வேலைவாய்ப்புத் தேவையின் பொறுத்து விருப்பப்பாடமாக அடிப்படைப் பயிற்சி வழங்கலாம். ஆனால், திணிக்கப்படாத, கட்டாயப்படுத்தப்படாத மாணவர்கள் தங்கள் நோக்கம் குறித்துப் புரிந்து தேர்ந்தெடுக்கும் மொழியாக இருத்தல் வேண்டும். அதுவும், கல்லூரிக்காலங்களில், இருத்தலே அவசியம். பள்ளியில் மூன்றாம் மொழி இந்தியக் கல்விச் சூழலில் அவசியமற்றதே!

அடிப்படையில் தாய்மொழிக்கல்வியும், அடுத்தடுத்த வளர் நிலையில் வெவ்வேறு மொழிகளையும் கற்க வைப்பதன் மூலம் மாணவ, மாணவியர்களின் சிந்தனைத்திறன் வளர்ச்சியடையும் என்பதனை உணர்ந்து கல்வித்துறையில் மாற்றத்தைத் தொடங்குவோம். அதற்காகத் தொடர்ந்து குரல் கொடுப்போம்! நிலைநாட்டுவோம்!

தாய்மொழிக் கல்வியும் ஐரோப்பிய ஒன்றிய நாடுகளின் நடைமுறைகளும்

நவீன தாராளமய, உலகமயமாக்கல் சூழலில் அறிவியல் மற்றும் தொழில்நுட்ப வளர்ச்சி ஒருங்கிணைவு ‘ஆங்கில’ மொழியினை மையப்படுத்திஇருக்கும் நிகழ்காலச் சூழலிலும், ஐரோப்பிய நாடுகள் அனைத்திலும் பல்லின மக்கள் பன்முகத்தன்மையோடும் பலகலாச்சாரங்களோடும் பெருந்திரளாக மாறி நிற்கும் சூழலிலும், ஐரோப்பிய நாடுகள் தத்தமது கல்வியில் அவரவர் தாய்மொழிக் கல்விக்கான சீர்கேடு ஏதும் நிகழாமல், அதேவேளை பல்லின மக்களின் தாய்மொழியினையும் கல்வியில் இணைத்துக்கொண்டு, அதேவேளை, ஆங்கிலத்தையும் முறையாக பயிற்றுவித்துவருகிறது.

இவை குறித்த புரிதல்களையும் வழிகாட்டல்களையும் அறிவதன் ஊடாக, குறிப்பாக நோர்டிக் நாடுகளின் (ஃபின்லாந்து, நோர்வே, சுவீடன், டென்மார்க் மற்றும் ஐஸ்லாந்து) கல்விமுறையினை அறிந்துக்கொள்வதன் மூலமாக, தமிழ்நாட்டின் இந்திய ஒன்றிய நிழலையொற்றிய சூழலில் தாய்மொழியினையும் ஆங்கில மொழிக்கல்வியினையும் நாம் முறையாகப் பயிற்றுவிக்கத் திட்டமிடலாம் என்ற நோக்கிலேயே இக்கட்டுரை எழுதப்பட்டுள்ளது.

தாய்மொழி வழியிலான கல்வியினை ஐரோப்பிய நாடுகள் முழுமையும், சீனா, ஜப்பான், கொரியா, இந்தோனேசியா, தென் அமெரிக்கா நாடுகள் மற்றும் பல மொழிகள் பேசும் சிறு சிறுத் தீவுகள் கூட நடைமுறைப்படுத்திவருவதையும், பிரித்தானியாவின் காலனியாதிக்கத்தில் இருந்த நாடுகள் மட்டுமே ஆங்கில வழிக்கல்வியை இன்னும் தக்கவைத்திருக்கிறது என்பது நாம் யாவரும் அறிந்ததே! தாய்மொழிக் கல்வி வழியாகத் தத்தமது கலை, பண்பாடு, வரலாற்றைத் தக்க வைக்க முடியும் என்ற அடிப்படையும் உள்ளடங்குகிறது.

சீனா, ஜப்பான், கொரிய நாடுகளிடம் பெரும்பாலும் அந்தந்த இன மக்களே வாழும்பட்சத்தில் அங்கேஎல்லாம் பல்கலைக்கழகம் வரை அரசின் அலுவலக மொழியே கல்வியில் இருப்பது பெரிய

சிக்கல் இல்லை. ஆனால், பன்மொழி இன மக்கள் புலம்பெயர்ந்து வாழும் சூழலில், ஐரோப்பிய நாடுகள் பெரும்பாலும் அந்தந்த நாடுகளின் அலுவலக மொழி, ஐரோப்பிய நாட்டினுள் இருந்து இடம்பெயர்ந்தோர் மொழி, உலகெங்கும் இருந்து பல காரணங்களின் பொருட்டு புலம்பெயர்ந்து வந்தோரின் மொழிக்கான கல்வியியல் அங்கீகாரம் எனப் பலவற்றைக் கருத்தில் கொள்ள வேண்டிய நடைமுறைச் சிக்கல்களில் அதற்குரிய தீர்வினைச் சட்டவடிவிலும் கல்வியியல் கொள்கை வடிவிலும் உருவாக்கி நடைமுறைப்படுத்தி வெற்றியும் பெற்றுள்ளன எனலாம்.

1. ஐரோப்பிய நாடுகளின் கல்வி உரிமைப் பிரகடனம்:

ஐரோப்பிய நாடுகளின் கல்விமுறையில், மைய அரசு பொதுவான வழிமுறைகளையும், அதுவும் பெரும்பாலும் ஐநா அமைப்பின் பிரகடனத்தையும் ஐரோப்பிய ஒன்றியத்தின் கல்விப் பிரகடனத்தையும் முன்னிறுத்திய வழிகாட்டல்களையும் கொண்டிருக்கும். அதேவேளை, கல்வித்துறையின் செயற்பாட்டுவடிவங்கள் எந்த அளவிற்கு அதிகாரப் பரவலாக்கம் செய்து, சிறு சிறு நிலப்பகுதிகள்/ உள்ளாட்சி அமைப்புகளின் ஆளுகையின் கீழ்க் கொண்டுச்செல்ல முடியுமோ, அவ்வளவு அதிக அளவிலான அதிகாரப்பகிர்வு நடத்தப்பட்டிருக்கும்.

ஐரோப்பிய நாடுகள் அனைத்தும் பன்னாட்டு அளவிலான கல்வியியல் ஆய்வுகள் மற்றும் வழிகாட்டல்களையும் கருத்தில் கொண்டு, ஐநாவின் கல்வி உரிமைச் சாசனங்களையும் பின்பற்றி, ஐரோப்பிய ஒன்றிய விதிமுறைகளையும் ஏற்றுக்கொண்டு, தத்தமது நாட்டிற்கெனத் தனித்த விதிமுறைகளையும் பின்பற்றிவருகிறார்கள்.

எந்தவொரு நாடும், அதன் கல்வியின் மூலம் மட்டுமே கலை, பண்பாடு, வரலாறு அதன் ஒருங்கிணைப்பிலான ‘தேசம்’ என்னும் கோட்பாட்டையும், அதன் அரசியலையும் தனித்த ‘இறையாண்மை’யையும் நிலைநிறுத்த முடியும்.

2. ஐரோப்பிய நாடுகள் பின்பற்றும் ஐரோப்பிய ஒன்றிய விதிமுறைகள் என்ன?

ஐரோப்பிய நாடுகளின் கூட்டு அரசுகளின் (28 நாடுகள்) அரசியல் அதிகார மையமான ஐரோப்பிய பாராளுமன்றமும் இதற்கெனப் பல முன்மொழிவுகளை அனைத்து ஐரோப்பிய உறுப்புநாடுகளுக்கும் பொதுவான கல்வித்துறை பரித்துரைகளை முன்மொழிந்திருந்தன.

https://assembly.coe.int/nw/xml/XRef/X2H-Xref-ViewHTML.asp?FileID=11142&lang=en

அவற்றில் குறிக்கப்பட்டுள்ளவற்றைப் பார்ப்போம்!

a) அரசியல் காரணிகளுக்கு அப்பாற்பட்டு, கல்வியியல் காரணங்களையும் குழந்தைகளின் மூளை வளர்ச்சி மற்றும் நரம்பியல் தொடர்பான அறிவியல் ஆராய்ச்சிகள், எல்லோரும் பராமரிக்க வேண்டிய மொழியியல் மரபு, பண்பாட்டுக்கூறுகள் என எல்லாவற்றையும் கருத்தில் கொண்டு, கல்வி வழங்கல் முறை தாய்மொழியிலானதாக இருக்க வேண்டும்.

b) வகுப்பறை மொழித்தொடர்பு, மாணாக்கரின் அறிவுத்தேடல், புரிதல், வளர்ச்சி ஆகியவற்றில் தாய்மொழி மிக முக்கியம் என்பதை ஐரோப்பிய ஒன்றிய உறுப்பு நாடுகள் ஏற்றுக்கொள்ளுதல் அவசியம்.

c) ஐரோப்பியராகவும் இருந்து சிறுபான்மை மொழி பேசும் மக்கள் பிரிவினராக இருக்கும்பட்சத்தில், அந்நாட்டின் அரச மொழியிலான கல்வியில் பயில வேண்டியதில்லை. சிறுபான்மை மொழிப்பிரிவினருக்கு அவரவர் மொழியில் கல்வி கற்க எல்லா உரிமைகளும் உண்டு.

d) மொழிச் சிறுபான்மைப் பிரிவினர், தத்தமது மொழியில் கல்வி கற்கும் அதேவேளையில், அரசின் அலுவலக மொழியினைக் கற்பதும் மிக அவசியமாகிறது. (இதனை தமிழ்நாட்டில் குடிப்பெயரும் பிற மொழிப்பிரிவினர் அவரவர் தாய்மொழிக் கல்விக் கற்கும் அதேவேளை, தமிழைக் கட்டாயம் அரசின் அலுவலக மொழி என்ற அடிப்படையில் கற்க வேண்டும் என்ற அளவில் ஒப்பிட்டுப் புரிந்துகொள்ளலாம்).

e) அரசின் அலுவலக மொழியினையும் கல்வி மொழியையும் அறியாத பிற மொழிப் பிரிவினரின் குழந்தைகள் கல்வி மொழியாகத் தத்தமது மொழி தவிர்த்து அலுவலக மொழியின் அடிப்படையில் புது மொழியினில் கல்விக் கற்கும் சூழலில், அவர்கள் கல்வி கற்கும் திறன் முற்றிலும் சிதைய வாய்ப்புள்ளதால், அத்தகையச் சூழலில் இருமொழிக் கல்வியின் அடிப்படையில் அக்குழந்தைகளுக்கான கல்வியைத் தொடங்குவதே சரியானதாக இருக்கும்.

f) இருமொழிக் கல்வி, பலமொழிக் கல்வியின் மூலம் தத்தமது பண்பாட்டு, இனக்கூறு விழுமியங்களை குழந்தைகள் மறக்க வாய்ப்புண்டு என்ற கருதுகோளினைப் பல ஆய்வுகள் மறுத்துள்ளதோடு,

இருமொழி, பலமொழிக் கல்வி அவரவர் பண்பாட்டு, இனக்கூறு விழுமியங்களுக்கு வலுச்சேர்க்கவே செய்யும் என்ற ஆய்வுகளின் முடிவையும் கருத்தில் கொள்ள வேண்டும்.

g) ஐரோப்பிய உறுப்புநாடுகள், தத்தமது நாடுகளில் குடிப்பெயர்வோர், போரின் காரணமாகப் புலம்பெயர்ந்து குடியேறியோர், எனப் பல்வேறு பண்பாட்டு, மொழி, இனக்கூறுகளில் பின்னணியில் வந்தோருக்கு இருமொழிக்கல்வியை வழங்கும்பொழுது அவரவர் பின்னணியைக் கருத்தில் கொண்டு, முறைப்படியான கொள்கை வகுத்து இருமொழிக் கல்வியினை 'இடைநிலை', 'இடைக்கால' 'இணைப்பு' என்ற அடிப்படையில் இல்லாது 'பலமான', 'நேர்த்தியான' அடிப்படையில் கல்வி வழங்கும்பொழுதே கல்வி என்பது முழுமை பெறும்.

ஐரோப்பிய நாடுகளில், மொழிச் சிறுபான்மையினரின் தாய்மொழிக் கல்விக்கான உரிமையினை 'மொழிச்சிறுபான்மை உரிமை' என்றும் இந்நாடுகளுக்கு இடம்பெயர்ந்தோர், குடியேறிய பிற இனக்குழுக்களுக்கான கல்வி உரிமையினை 'மொழியியல் மனித உரிமை' என்ற சட்ட விதிமுறைகளின் கீழாக அணுகுகிறார்கள் என்பதை நினைவில் கொள்க!

3. பன்மொழிச் சூழல் கல்வியில் தாய்மொழியின் பங்கு:

தாய்மொழிக் கல்வியும் பிறமொழிகள் கற்பதன் அவசியம் என்னும் கட்டுரையில், பல மொழிகளைக் கற்க எவ்வாறு தாய்மொழி அவசியமாகிறது என்று விரிவாக்கியுள்ளேன்.

1949இல் நோர்வே, சுவீடன், டென்மார்க், இங்கிலாந்து உள்ளிட்ட 10 நாடுகள் இணைந்து வெளியிட்ட ஐரோப்பிய ஆணையக் கூட்டுப் பிரகடனத்திலேயே, பன்மொழிச் சூழலில் வளரும் குழந்தைகளுக்கான தாய்மொழிக் கல்வி உரிமைப் பற்றித் தெளிவாகக் குறிப்பிட்டு இருந்தனர்.

ஐரோப்பிய ஒன்றிய அரசுகள், 1998, 2004, 2006, மற்றும் 2007இல் வெளியிட்ட கல்வி வழிகாட்டல் நெறிமுறைகளில், "எந்தவொரு குழந்தையும் அதன் குடும்பச் சமூகத்தின் முதன் மொழியினைக் கற்காமல் இரண்டாவது மொழியினைக் கற்கும் நிலை இருக்கக்கூடாது. அது, அக்குழந்தையின் இரண்டாவது மொழியினைக் கற்கும் திறனையே பாதிக்கும். அதேப்போல, பன்மொழிச் சமூக வாழ்வியலில், அவரவர் தாய்மொழியினை முறையே

கற்று, புலம்பெயர்ந்தச் சூழலின் அலுவலக மொழியினைக் கற்பது, அக்குழந்தையினைப் புலம்பெயர்ந்த நாட்டினுள் நல்லிணக்கத்துடன் வெற்றிகரமாகவும் அமைத்துக் கொடுக்கும்" என எடுத்துக்கூறியது.

மேலும் கும்மின் (1989, 2002, 2010) மற்றும் கார்சியா (2008) வெளியிட்ட ஆய்வுக் கட்டுரைகளில், "ஒரு குழந்தை தாய்மொழி வழியாகப் பிற மொழிகளைக் கற்கும் நிலை என்பது இரண்டாவது மொழியினை வலுவாக கற்க மட்டுமல்லாது, தன்னுடைய உலகத்தினைப் புது உலகம் நோக்கி இணைக்கவும் பயன்படுகிறது. முதன் மொழியே பிற மொழிகளுக்கு அறிவுப்பாலமாகவும் திகழ்கிறது. பலமொழிகள் கற்கும் பன்மொழிச் சூழலில் மனித மூளையின் அறிவுப்பகிர்விற்கும் குழந்தையின் தாய்மொழி அவசியமாகிறது." எனச் சுட்டிக்காட்டியுள்ளனர்.

https://www.tandfonline.com/doi/abs/10.1080/01434632.1989.9994360

https://www.wiley.com/en-usBilingual+Education+in+the+21st+Century%3A+A+Global+Perspective-p-9781405119948

ஐரோப்பிய நாடுகளின் தாய்மொழிக் கல்விக்கென்று தனி வரலாற்று பின்னணியும், சமூகவியல் பின்னணியும் கூட உண்டு. அவரவர் தாய்மொழிக்கு முக்கியத்துவம் தரும் அதேவேளை, இருமொழிக் கொள்கை குறிப்பிட்ட வயது வரையும் பன்மொழிக் கல்விக் கொள்கை அடுத்தடுத்தக் கட்ட கல்வி வயது எனத் தொடர்ந்தும் எல்லாக் குழந்தைகளையும் கல்விக் கற்கவைப்பதோடு, அவரவர் தாய்மொழியினையும் உள்ளடக்கி எவ்விதத்திலும் யாரும் எதற்காகவும் புறக்கணித்துவிடாத, நல்லிணக்க, ஒருங்கிணைந்த கல்வி முறையினை ஐரோப்பிய நாடுகள் பின்பற்றுக்கின்றன.

இங்கேதான் இந்திய ஒன்றியத்தின் கல்விமுறையில், ஆர்.எஸ். எஸ் சித்தாந்தவாதிகள் உட்புகுத்த நினைக்கும் 'இந்தி', 'சமஸ்கிருத' கல்வியினை அறிவியல் அடிப்படையிலே, சமூகக் கோட்பாட்டு அடிப்படையிலே செய்யாது, அரசியல் சூழச்சி மற்றும் அதிகாரப் பசியின் ஊடாக, அடக்கி ஆளுதல் மனநிலையில் செய்வதற்குமான முக்கிய வேறுபாடுகளை நாம் புரிந்துக்கொள்ளவும் வேண்டும்.

கல்வித்துறையில், இருமொழி மற்றும் பன்மொழிக் கல்வி முறையை எவ்வித பிரித்தாலும், மேலாதிக்கத் தன்மையற்ற, 'நல்லிணக்க' வடிவிலும் அறிவியல் அடிப்படை மற்றும் வருங்காலத் தேவை

அடிப்படையிலும் அமைத்தல் அவசியமாகிறது. அதனைவிடுத்து, ஆட்சி அதிகாரத்தின் பேராளுமை கொண்டு மொழிக்கொள்கையைக் கல்வியில் புகுத்த நினைத்தால், இதற்கு முன் பல நூற்றாண்டுகளின் அத்தகையச் சூழல்களில் எல்லாம் தேசிய, இறையாண்மை வடிவங்கள் எவ்வாறு புத்தெழுச்சிப் பெற்றன என்பதும் நம் மனக் கண் முன் வந்துபோவதைத் தவிர்க்க முடியவில்லை.

நோர்டிக் நாடுகளின் தாய்மொழிக் கல்வி வரலாறு

1. நோர்டிக் நாடுகளின் பொதுத்தன்மை

ஐரோப்பிய நாடுகளினுள், குறிப்பாக, நார்டிக் நாடுகள் (நோர்வே, ஃபின்லாந்து, டென்மார்க், சுவீடன் மற்றும் ஐஸ்லாந்து) தாய்மொழிக் கல்விக்கென நடைமுறையில் வைத்திருக்கும் சட்டங்கள் உலகிற்கே வழிகாட்டல் எனலாம்.

நோர்டிக் நாடுகளின் கல்வித்துறையில் பொதுத்தன்மை எனப் பார்த்தால், உயர்கல்வி வரை இலவசமாக வழங்குவதோடு, எந்தவொரு குழந்தையும் கல்விக் கற்க வெகுத்தொலைவு சென்றுவிடாதபடி, அருகாமைப் பள்ளிகள், ஸ்காண்டினேவியன் பண்பாடுகள் உள்ளடக்கிய பாடத்திட்டம், மதம், இன, மொழி, நிறங்கள் என எவ்விதப் பாகுபாடுகளையும் ஏற்றுக்கொள்ளாத மனநிலைக்கு ஏற்ற சமூகக் கல்வி, குறிப்பிட்ட வயது வரை தரம்பிரித்தல், கல்வித்திறன் வகைப்படுத்தல் முறை இல்லாத கல்விமுறை எனப் பல நடைமுறைகளை மேற்கோள் காட்டலாம்.

மிக முக்கியமான ஒன்று, நோர்டிக் நாடுகளின் தாய்மொழியோடு அவரவர் தாய்மொழியைக் கற்றுத்தருவதோடு, அதற்குரிய மதிப்பெண் அங்கீகாரத்தினை மருத்துவம், பொறியியல் உள்ளிட்ட எல்லா உயர்கல்வி உள்நுழைவு மதிப்பீட்டிற்கும் பயன்படுத்த அனுமதிப்பது எனலாம். ஏனைய ஐரோப்பிய நாடுகளில், அந்தந்த நாட்டுத் தாய்மொழியோடு, ஒவ்வொரு குழந்தையின் தாய்மொழிக்கும் முக்கியத்துவம் இருக்கிறது என்றாலும், உயர்கல்வி உள்நுழைவின் மதிப்பீட்டிற்கு எல்லா மொழிகளுக்கும் அங்கீகாரம் இல்லை, அப்படி இருப்பின், ஒவ்வொரு மாநிலமும், பள்ளி மாவட்ட நிர்வாகத்தின் எல்லைகளில் மாற்றம் உண்டு.

நோர்டிக் நாடுகள், தாய்மொழிக் கல்வி வழியாகப் பிறமொழிக் கல்வி மற்றும் பிற பாடக் கல்வி அறிதல் என்னும் கோட்பாட்டினைச்

சட்ட வடிவில் உறுதியாகவும் வெகுச்சிறப்பாகவும் நிலைநிறுத்தி வைத்திருக்கிறது எனலாம். சுவீடன், டென்மார்க், ஃபின்லாந்து நாட்டில் பலமொழிக் கல்விகள் குறித்த நிறைய ஆராய்ச்சிகள் நிகழ்த்தப்பட்டுள்ளன.

குழந்தைகளின் வளர்ச்சி அறிவியல், மனிதர்களின் மூளைச் செயல்பாடுகள், உளவியல், கல்வியியல் என அனைத்தையும் உள்ளடக்கிய ஆய்வுகள் வழியே நிறுவப்பட்ட தகவல்களை மேற்கோள்களாக இந்நாடுகளின் கல்வித்துறைச் சட்டங்களில் காணலாம். பன்னாட்டு அளவில் மொழியியல் மற்றும் கல்வியியல் ஆராய்ச்சிகள் செய்யும் பேராசிரியர்களின் இந்நாடுகளைச் சார்ந்தோரின் படைப்புகள் அதிகமாகத் தென்படுவதும் இந்நாடுகள் தாய்மொழிக் கல்விக்கும் பன்மொழிக் கல்விக்கும் வழங்கும் முக்கியத்துவம் மூலம் அறியலாம்.

அவரவர் தாய்மொழிக் கல்வி மூலமாக ஃபின்லாந்து பள்ளிக் கல்வி பற்றின ஆய்வுக்கட்டுரையில், "ஒவ்வொரு குழந்தையையும் அவரவர் தாய்மொழியினை முறையாகவும் தொடர்ச்சியாகவும் கற்க வைப்பதும், அவர்கள் தம் பண்பாட்டுப் பெருமை, மொழிப் பெருமை குறித்தெல்லாம் தொடர்ந்து உரையாடுவதும் பெற்றோர்களின் பொறுப்பாகிறது. அக்குழந்தை ஃபின்லாந்து பாடமுறைக்கு வரும்பொழுது, அக்குழந்தையின் தாய்மொழிக்கு ஈடான, இணையான திறனைப் பெறும் வரையில் ஃபின்னிஷ் மொழி இரண்டாம் மொழியாகவே இருக்கும். அதன்பின்னரே, பள்ளியின் நிர்வாகவும் அக்குழந்தையின் இருமொழித் திறன், பன்மொழித்திறன் உள்ளிட்டவற்றைக் கணக்கில் கொண்டு, மேலதிகக் கல்வியை ஃபின்னீஷ் மொழியில் வழங்கும்" எனச் சுட்டிக்காட்டப்பட்டுள்ளது.

http://jultika.oulu.fi/Record/nbnfioulu-201805101715

அதேக்கட்டுரையில், "தாய்மொழிக் கல்வி அவரவர் வாழும் குடும்பச் சூழலோடு தொடர்புடையது என்பதால், தாய்மொழியைக் கற்பதென்பது, அக்குழந்தை தன்னை நெறிப்படுத்திக்கொள்ளவும், வாழ்வியல் நிகழ்வுகள் திட்டமிட்டப்படி அடுக்கிக்கொள்ளவும், சமூகத்தோடு உறவாடுவது தொடர்பான தன் பண்பாட்டில் உணரும் நல்லொழுக்கங்களையும் கற்பதால், பன்மொழிச் சூழலில் அக்குழந்தையால் வெற்றிகரமானவராகத் திகழமுடிகிறது. மேலும் எந்தவொரு மனிதரும் தங்கள் இன அடையாளம் மற்றும் சமூக விழுமியங்களைப் பேணிக்காக்க தாய்மொழி மிக அவசியமாதலால்,

அடிப்படை மனித உரிமையின் கீழ் உள்ளடக்கப்படுகிறது" எனவும் எடுத்துக்கூறியுள்ளனர்.

2000, 2004, 2006 தொடர்ச்சியாகப் பலக்கட்ட ஆய்வுகளை நடத்தி அதன் முடிவுகளையும் வைத்தே, "அவரவர் தாய்மொழியில் கல்வியின் முதன்நிலையைக் கற்கும்பொழுதே, சுவீடனுக்கு வரும் குழந்தைகள் சுவிடீஷ் மொழி உட்பட்ட பல மொழிகளையும் பிற பாடங்களையும் கற்றுத் தேர்ந்து வருவதையும், பள்ளிகளில் மட்டுமல்லாது பல்கலைக்கழகங்களிலும் வெற்றியாளராகத் திகழ்வதை உறுதிப்படுத்தியுள்ளதாக" கோத்தென்பர்க் நகர மொழியியல் கல்வி மைய இயக்குநர்கள் ஒரு கட்டுரையில் தெரிவித்தனர். *https://www.nt2.nl/documenten/meertaligheid_en_onderwijs/kambel_meertaligheid_binnenwerk_eng_h4.pdf*

2. சுவீடன் கல்வித்துறையும் தாய்மொழிக் கல்வியும்:

சுவீடனில் பல நாட்டு, பன்மொழி இனக்குழுக்களின் அதிகரிப்பின் பின்னர், 2009இல் புதிய மொழிக் கொள்கையை அந்நாட்டு அரசு நிர்ணயிக்கிறது. அதில்தான், "சுவீடனில் வாழும் அனைவருக்கும் அவரவர் தாய்மொழியினைக் கற்கும் உரிமைகள் குறித்தும் அதற்குரிய நடவடிக்கைகள் குறித்தும் விவரிக்கப்பட்டன".

அதில் மேலும், "சுவீடனிற்குப் புலம்பெயர்ந்து வருபவரின் குழந்தைகளுக்கு மட்டுமல்ல, சுவீடன் நாட்டுத் தம்பதியர், வேறு ஒரு நாட்டில் இருந்து குழந்தையைத் தத்தெடுத்து வளர்த்துவந்தாலும், அக்குழந்தை தன் தாய்மொழியை வீட்டில் பேசாமல் இருந்தாலும் கூட, அக்குழந்தை தாய்மொழியில் பேச, பயில, கற்க இத்திட்டம் துணை நிற்கும்" எனவும் கூடத் தெளிவுப்படுத்தினர்.

சுவீடனைப் பொறுத்தவரை, அதன் கல்வியியல் தேசிய ஆணையம் கல்விமொழித் தொடர்பான கட்டுப்பாட்டினை முன்மொழிந்து நடைமுறைப்படுத்துகிறது. ஐரோப்பிய நாடுகள் அனைத்திலும் கட்டாய இலவசக் கல்வியினை வழங்குவது அரசின் கடமையாகிறது.

அப்படி வழங்கப்படும் கல்வியில் அவரவர் தாய்மொழியினைக் கற்கும் உரிமையை சுவீடன் எப்படிக் கையாள்கிறது?

சுவீடன் நாட்டின் அலுவலகச் சிறுபான்மை மொழியாக இருக்கும் மியாங்கியாலி, சமி, ரோமானி சிப்ஃ, யித்தீஷ் மொழிகள் முதல் மொழியாக இருப்பவர்களுக்கு முழுமையாகத் தாய்மொழி

வழியிலேயே கல்வி கற்கும் உரிமையையும் சுவீடன் கல்வித்துறை நடைமுறைப்படுத்திவைத்திருக்கிறது.

அதேப்போல, அரசுப் பள்ளியின் பாடத்திட்டத்தில், புலம்பெயர்ந்து வந்தோருக்கு, சுவிடீஷ் மொழியினை இரண்டாவது மொழி என்ற அடிப்படையிலும் அவரவர் தாய்மொழியினை முதலாவது மொழி என்ற அடிப்படையிலும் வகுத்துவைத்திருக்கிறார்கள். அவரவர் தாய்மொழி இல்லாத சமூக மொழியினை அல்லது முதல் மொழியினைக் கற்க வேண்டியச் சூழலில், தாய்மொழி வழியாகத்தான் பிற மொழியினைக் கற்க முடியும் என்பதால், சுவீடனில் குழந்தைகளுக்கான தாய்மொழியை கற்பிக்கும் நடைமுறையைப் பின்பற்றுகிறார்கள்.

பள்ளிகள் ஒவ்வொன்றிலும் 5 மாணவ, மாணவிகள் குறிப்பிட்ட மொழியினைக் கற்கும் விருப்பத்தினை அல்லது குறிப்பிட்ட மொழி வழியாக முதல்நிலைப் பாடத்தினை கற்கும் விருப்பத்தினைத் தெரிவிக்கும் பொழுது அந்தந்தப் பள்ளிகள் அதற்குரிய மொழிப்பாட ஆசிரிய-ஆசிரியைகளை நியமிக்கலாம். இல்லாதபட்சத்தில் கூட, அருகாமைப் பள்ளிகளில் இருந்து 5 முதல் 8 மாணவ, மாணவிகள் இணைத்துக்கூட தாய்மொழிப் பாடம் சொல்லித்தரப்படுகிறது.

நான் வசிக்கும் கோத்தென்பர்க் நகரில் மட்டும் 70 மொழிகளில் பாடங்கள் கற்பிக்கப்படுகின்றன. ஒட்டுமொத்த சுவீடனில் 200 சிறுபான்மை மொழிப் பேசும் பிரிவினர் வாழ்கிறார்கள் என்பதும், இதில் 140ற்கும் மேற்பட்ட மொழிகளை, சுவீடன் கல்வித்துறை கற்றுத்தருகிறது என்பதும், இந்திய மொழிகளில் தமிழ், பஞ்சாப், இந்தி ஆகியவற்றிற்குக் கல்வித்துறை செயற்பாட்டிற்கான அலுவலகம் இயங்குகிறது என்பதும் குறிப்பிடத்தக்கது.

தாய்மொழிக் கல்விப் பயிற்றுநர்கள் மாணவ, மாணவிகளுக்குத் தாய்மொழிப் பாடத்தினையும், அதன் வழி சுவிடீஷ் மற்றும் பிறபாடங்களை அந்தந்த வகுப்பு ஆசிரியர்களின் துணையோடும் தனியாகவும் கற்றுத்தருகிறார்கள், மேலும், பள்ளிக்கும், பெற்றோருக்கும், மாணவ/மாணவிகளுக்கும் இடையிலான கருத்துப் பரிமாற்றத்திலும் ஈடுபடுத்தப்படுகிறார்கள்.

3. சுவீடனில் எங்கள் அனுபவம்:

நோர்வேயில் பிறந்து வளர்ந்த எங்கள் மூத்த மகன் கவின் திலீபன், தமிழகத்தில் கடந்த இரண்டு ஆண்டுகளாக அரசு நிதி உதவிப்

பள்ளியில் தமிழ் வழிக் கல்வியில் ஒன்று மற்றும் இரண்டாம் வகுப்பு படித்து வந்தார்.

சுவீடன் வந்ததும், சுவீடன் அரசுப் பள்ளிக்கூடத்தில் சேர்த்தோம். மாநகராட்சிக் கல்வித்துறையின் ஏற்பாட்டில் இன்று அவனுக்குத் தகுதிச் சோதனை நடந்தது. வெளிநாட்டில் இருந்து வந்துள்ளதால், அவனின் நிலை அறிந்து அதற்கேற்றவாறு பள்ளிக்கூடத்தில் பயிற்சி வழங்க இது போன்ற சோதனைகளைச் செய்வது வழக்கம்.

அவனது தாய்மொழி தமிழ் என்பதாலும் தமிழ் மட்டுமே தெரியும் என்பதாலும், மாநகராட்சி கல்வித் துறையில் பதியப்பட்டு அங்கீகரிக்கப்பட்ட தமிழ் மொழிப்பெயர்ப்பாளர் (ஆசிரியையும்) உடன் இருந்தார். முதல் ஒரு மணி நேரம் நானும் என் மனைவியும் உடன் இருந்தோம், அடுத்த ஒன்றரை மணி நேரம் தமிழ் ஆசிரியை, சுவீடன் கல்வித்துறை ஆசிரியை இருவர் மட்டும் திலீபனது தமிழ், கணக்கு மற்றும் பொது அறிவியல் அறிவைச் சோதித்தனர்.

சுவீடிஷ் மொழியில் கேட்கப்படும் கேள்வியைத் தமிழ் ஆசிரியை மொழி பெயர்த்து வழங்க, திலீபன் தமிழில் பதிலளித்துக்கொண்டிருந்தான்.

இங்கு, அவனது வாழ்க்கையில் அவன் பெற்ற அறிவை சோதித்தனரே தவிர எந்த மொழியில் அந்த அறிவினைப் பெற்றான் என்பது பொருட்டாகப் பார்க்கவில்லை. ஏனென்றால், சுவீடனில் மட்டுமல்ல, உலகெங்கிலும் மொழியை மட்டும் வைத்து அறிவைச் சோதிக்கும் மனப்பான்மை இல்லை.

எங்கள் மகன் தமிழில் பேசுவதும் படிப்பதும் ஒரு காலத்திலும் எவ்வகையிலும் குறைந்ததல்ல எனச் சொல்லி வளர்க்கப்பட்டதால், இன்றைய சோதனையை அவ்வளவு அழகாகவும் குழந்தைத்தனத்துடனான தன்னம்பிக்கையுடனும் நிறைவு செய்தான்.

சோதனை முடிவில், சுவீடிஷ் பெண்மணி திலீபனின் வயதிற்குரிய அறிவைப் பாராட்டியதுடன், தொடர்ந்தும் தமிழ் மொழியினைக் கற்க வேண்டும், அதுவே நீண்ட காலத்திற்கு நன்மையை விளைவிக்கும் எனவும் அறிவுறுத்தினார்.

சுவீடனைப் பொறுத்தவரை, உயர்நிலைக் கல்விப் பருவத்தில் (6 ஆம் வகுப்பு முதல் 10ஆம் வகுப்பு வரை) தமிழ் பாடத்தில் எடுக்கப்படும் மதிப்பெண்களின் மதிப்பீட்டுத் தொகை, மேல் நிலை பள்ளிக் கல்வியில் பாடப்பிரிவைத் தேர்ந்தெடுக்கப் பயன்படுகிறது,

அதோடு, மேல் நிலைக் கல்விப் பருவத்தில் பெறப்படும் தமிழ் மொழிப் பாடத்தின் மதிப்பெண் கல்லூரி-பல்கலைக்கழகக் கல்விப் பிரிவைத் தேர்ந்தெடுக்கப் பயன்படுகிறது.

கல்வியின் ஒவ்வொரு நிலையிலும் சுவீடனில் தமிழ் மொழிப் பாடத்தின் மதிப்பெண் மதிப்பு பெறுகிறது!

சுவீடன் தலைநகரத்தில் (ஸ்டாக்ஹோம்) ஈழத்தமிழர் ஒன்றியம் 90 மாணவ, மாணவிகளோடு 1ஆம் வகுப்பு முதல் 12ஆம் வகுப்பு வரையில் தமிழ் பள்ளி நடத்திவருகிறார்கள்.

ஸ்டாக்ஹோம், கோத்தென்பர்க், மால்மோ போன்ற நகரங்களில் தமிழ்நாட்டுத் தமிழ்ச்சங்கள் தமிழ் வகுப்புகளை நடத்திவருகின்றனர், தோராயமாக, 150ற்கும் மேற்பட்ட குழந்தைகள் பயின்று வருகின்றார்கள்.

4. நோர்வே நாட்டில் தாய்மொழிக் கல்வி

நோர்வே நாட்டின் பள்ளிக்கூட மேல்நிலை வகுப்பில், இயற்பியல், வேதியியல், உயிரியியல், கணிதம் உள்ளிட்ட பாடப்பிரிவுகளோடு, சர்வதேச மொழிகள் (ஜெர்மன், ஃபிரெஞ்சு, ஸ்பானியம், தமிழ், பெர்சியம், அரேபியம் உள்ளிட்ட மொழிகளில்) ஒன்றை மாணவ, மாணவியர்கள் தேர்ந்தெடுத்துத் தேர்வெழுத வேண்டும். மேல்நிலை வகுப்பு மூன்று ஆண்டுகளிலும் இந்த மொழிப்பாடங்களில் ஒன்றில் தேர்வெழுதினால், இயற்பியல், வேதியியல், கணிதம், உயிரியியல் பாடங்களில் மதிப்பெண் குறைந்திருந்து, இம்மொழிப் பாடத் தேர்வில் மதிப்பெண் அதிகமாக வாங்கியிருந்தால், மருத்துவம்/பொறியியல் சேர்க்கைக்கான கூட்டுமதிப்பெண்ணில், குறைந்த மதிப்பெண் வாங்கிய பாடத்தை நீக்கிவிட்டு மொழிப்பாட மதிப்பெண்ணைச் சேர்த்துக்கொள்ளலாம்.

அதாவது, நோர்வே நாட்டினில் தமிழ் மொழிப் பாடத்தில் பெறும் மதிப்பெண், நோர்வே நாட்டின் மருத்துவக் கல்வி நுழைவிற்கு உதவுகிறது.

அரசுப் பள்ளிகளில் தமிழ்ப்பாடங்கள் தவிர்த்து, தமிழர் அமைப்புகளின் செயற்பாடுகளால், நோர்வே நாட்டினில் 18 தமிழ்ப் பள்ளிகள் இயங்குகின்றன. தோராயமாக, 2000ற்கும் மேற்பட்ட மாணவ, மாணவிகள் 1ஆம் வகுப்பு முதல் 10ஆம் வகுப்பு வரையில் கல்வி கற்கின்றனர்.

5. டென்மார்க் நாட்டில் தமிழ் மொழிக் கல்வி

டென்மார்க் நாட்டைப் பொறுத்தவரை 1980களில் இருந்து 2000 காலம் வரை தமிழ் மொழிக்கு அரசுப் பள்ளியில் பயிற்சி வழங்கிஇருக்கிறார்கள். ஒரு கிராமத்தில் தனித்தமிழ் வாழ்ந்து வந்தாலும், அவருக்கான சிறப்பு பயிற்சிக்காக மகிழுந்து அனுப்பி பள்ளிக்கு அழைத்துவந்து தமிழ் கற்றுக்கொடுத்து இருக்கிறார்கள். வலதுசாரி அரசாங்கம் உருவான பின்னே தமிழ் மொழிக் கல்வி அரசுப் பள்ளிகளில் இல்லாமல் சென்றிருக்கிறது. ஆனாலும் டென்மார்க் நாட்டில் அரசின் உதவியுடனும் தமிழர் அமைப்புகளின் தொடர்ச் செயற்பாடுகள், பங்களிப்பாலும் 15 தமிழ் பள்ளிகள் 20 ஆண்டுகளுக்கும் மேலாக, 1ஆம் வகுப்பு முதல் 12ஆம் வகுப்பு வரை நடத்தப்பட்டு வருகிறது.

6. ஃபின்லாந்தில் தமிழ் மொழிக் கல்வி

ஃபின்லாந்து நாட்டிலும் சுவீடன், நோர்வே போன்று தமிழ் மொழிக்கென அரசுப் பள்ளிகளில் சிறப்பு வகுப்புகள் நடக்கிறது. குறைந்த அளவே இந்தியர்கள் வாழ்ந்துவந்த காலத்தில், இந்தியர்களுக்கென இந்தி மட்டுமே கற்றுக்கொடுக்கப்பட்டு வந்திருக்கிறார்கள். தமிழர்களின் எண்ணிக்கைப் பெருகப் பெருக, தமிழ் மொழியும் அரசுப் பள்ளிகளில் சிறப்புப் பயிற்சி வகுப்பில் இடம்பெறத் தொடங்கியுள்ளது.

இவையல்லாமல், தமிழ்ச்சங்கங்கள், தமிழர் இளையோர்களின் முன்னெடுப்பில், வார இறுதி தமிழ் வகுப்புகளும் நடந்துவருகிறது.

தாய்மொழிக் கல்வியும் அரசியல் உரிமை உணர்வும்!

மொழி என்பதனைத் தொடர்பாடலுக்கான ஊடகமாகக் கருதுவோரும் உண்டு, இனஉணர்வின் அடையாளமாகக் கருதுவோரும் உண்டு, நிலத்தின், பண்பாட்டின், தேசியத்தின் அடையாளமாக உருவகப்படுத்துவோரும் உண்டு. தாய்மொழி மனிதர்களை இணைத்துப் பலமாக்குவதோடு, இன வழி தேசிய உணர்வினை மேலோங்கச் செய்து, தங்கள் தாயக உரிமை மீட்பு, தமது நிலத்தின் இறையாண்மை மீட்பு என இட்டுச்செல்கிறது என்பதே நாம் வரலாற்று வழியில் அறிந்துகொள்ளும் செய்தியாக இருக்கிறது.

வல்லாதிக்க அரசுகள் பிறர் நிலத்தினை ஆக்கிரமிக்கும்பொழுது, முதலில் அந்நில மக்களின் தாய்மொழியினைக் கல்வியில் இருந்து அகற்றுவர், பிறகு பேச்சுவழக்கில் இருந்து மட்டுப்படுத்துவர். எந்த இனம் தன் மொழியினைத் தக்கவைக்கிறதோ, அவ்வினமே அந்நிலத்தைத் தக்க வைக்கும்! இழக்கும் மொழியினம், மெல்ல மெல்ல பெருந்தேசியவாதத்திலோ ஆதிக்க அரசுகளின் கட்டுப்பாட்டிலோ புதைந்துவிடும் என்பதே வரலாறு. ஆக, மொழி வெறும் ஊடகம் மட்டுமல்ல, பண்பாட்டையும் இனஉணர்வினையும் அதன் வழி தாயக இறையாண்மையையும் காக்கும் பேராயுதம் என்பதை அறிக!

1. தாய்மொழிக் கல்வி நடைமுறைச்சிக்கல்:

தாய்மொழிக் கல்வி இல்லாதச் சூழல் உள்ள நாடுகளை வரிசையிட்டால், 1) அந்நிய ஆக்கிரமிப்பில் பல நூறு ஆண்டுகள் இருந்த நாடுகள், 2) பெருந்தேசிய ஆக்கிரமிப்பில் சிக்குண்டுத் தவிக்கும் சிறுதேசிய இனங்கள், 3) பல்தேசிய இனங்களில் கூட்டாட்சிகளில் முறையான தன்னாட்சி இல்லாத நாடுகள் என வகைப்படுத்தலாம்.

ஆங்கிலேயர்களுக்கு அடிமையாக இருந்த இந்தியத் துணைக்கண்டம், பாகிஸ்தான் உள்ளிட்ட நாடுகளும், தென் ஆப்பிரிக்கக் கண்டமும், ஸ்பெயின், போர்த்துக்கல் நாடுகளின் ஆக்கிரமிப்பில் இருந்த தென் அமெரிக்க நாடுகள் என முதலாம் வரிசைக்குள் அடங்குகிறது.

ஸ்பெயின் நாட்டினுள் இருக்கும் காத்தாலேனியா, இங்கிலாந்தின் வேல்ஷ், ஸ்காடீஷ், போர்த்துக்கல்லின் கால்சியா உள்ளிட்டவை பெருந்தேசியத்திற்குள் சிக்குண்டு கிடக்கும் சிறுதேசிய இனங்களாகத் தாய்மொழிக் கல்விப் பிரச்சனையை எதிர்கொள்ளும் இரண்டாம் கட்ட வரிசை நாடுகளுக்குள் அடங்குகிறது.

இந்தியத்துணைக்கண்டத்தில் சிக்கித்தவிக்கும் முறையான தன்னாட்சி இல்லாத தேசிய இனங்கள் மூன்றாம் வரிசையில் அடங்குகின்றன.

இவற்றைக் கோத்துப் பார்க்கும்பொழுது தன்னாட்சி இழந்த, இறையாண்மை இழந்த, தாயகத்தை இழந்த தேசிய இனங்கள் மட்டுமே தாய்மொழிக் கல்வியினை இழந்துள்ளதையும் பகுத்துணர முடியும்.

இங்கிலாந்தில் ஆங்கிலமும் ஐரோப்பிய ஒன்றியத்தில் அவரவர் நாட்டினில் அவரவர் தாய்மொழியிலும், ஜப்பானில், கொரியாவில், சீனாவில், ருசியாவில் என எல்லா பெரும்பான்மை நாடுகளிலும் தாய்மொழிக் கல்வியில் நிலைத்துநின்றும் உலகத்தோடு ஒட்டி உறவாடி, கோலோச்சியே வாழ்கிறார்கள் என உணரலாம். யாரும் தாய்மொழிக் கல்வி இல்லாத சூழலில் ஆங்கிலத்தைக் கற்காமல் விட்டோ உலக முன்னேற்றத்தில் தடுமாற்றம் கண்டோ வாழவில்லை. மேலே குறிப்பிடப்பட்டுள்ள மூன்று வரிசை நாடுகளை விட எல்லா வகையிலும் செல்வாக்கு நிரம்பியவர்களே தாய்மொழிக் கல்வியினைப் பெற்றிருப்போர்.

இந்தியத் துணைக்கண்டம் உட்பட்ட பன்மொழி பேசும் தேசிய இனங்கள், தென் அமெரிக்கக் கண்டத்தில் பலத்தேசிய இனக்குழுக்கள் வாழும் நாடுகளில் எல்லாம் எது கல்வி என்ற சிக்கல் உருவாவதற்குக் காரணமே, "ஒரே மொழிதான் ஒரே நாட்டினைக் கட்டுக்கோப்பாய் வைத்திருக்கும்" என்ற ஆதிக்கப் புரிதலே. நாம் தாய்மொழிக் கல்வி வேண்டுமென்று விடாப்பிடியாக இருப்பதற்கும் பெருந்தேசியத்திற்குள் கரைந்துவிடக்கூடாது என்ற தேசிய உணர்வுதான்.

2. தாய்மொழிக் கல்வியும் அரசியல் சூழலும் – நோர்வே, சுவீடன், ஃபின்லாந்தின் பூர்வக்குடி சமி மக்கள்:

நோர்வே, சுவீடன், ஃபின்லாந்து நாடுகளின் வடக்குப் பகுதி மக்கள் சமி இன மக்கள் ஆவர். அவர்களே, இப்பகுதிகளின் பூர்வக்குடி மக்கள், அவர்கள் இனம், மொழி, பண்பாடு முற்றிலும் வேறுபாடானது. இம்மூன்று நாடுகளின் பெரும்பான்மை மொழியாக முறையே நோர்வேஜியன், சுவிடீஷ், ஃபின்னீஷ் இருக்கும்பட்சத்தில் இந்நாடுகள் பின்பற்றும் மொழியியல் மனித உரிமை சாசனப்படியும், 1949களில் ஏற்படுத்தப்பட்ட, ஐரோப்பிய ஆணையத்தின் மனித உரிமை சாசனம் இவற்றின் படி, சமி இன மக்களுக்கான தாய்மொழிக் கல்வி உரிமை மூன்று நாடுகளும் வழங்கியது.

ஐரோப்பிய மண்ணிற்குள் இடம்பெயர்ந்து குடியேறியவர்களும், பல காரணங்களால் ஐரோப்பிய மண்ணிற்குப் புலம்பெயர்ந்தோரும் பேசும் மொழிச் சிறுபான்மை மொழி என்ற அடிப்படையில், கல்வியில் சிறுபான்மை மக்களுக்கான மனித உரிமை மற்றும் கல்வி உரிமை சாசனத்தின் படி, கல்வியில் தாய்மொழியினை மட்டும் வழங்க முடியும், ஆனால், சமி போன்ற பூர்வக்குடிகள் வாழும் சூழலில் கல்வி உரிமை அவர்களின் அரசியல் உரிமைகளோடும், அம்மக்களின் இறையாண்மை உள்ளிட்டவையோடும் தொடர்புடையதாக ஆகிறது. நோர்டிக் நாடுகள் கல்வியியல் உரிமையினை அரசியல் தன்னாட்சி உரிமை வழியாகவே நிலைநாட்டியுள்ளன எனலாம்.

3. தாய்மொழிக் கல்வியும் அரசியல் சூழலும் – நோர்டிக் உதாரணங்கள்:

நோர்டிக் நாடுகள் (நோர்வே, சுவீடன், டென்மார்க், ஃபின்லாந்து, ஐஸ்லாந்து) ஒவ்வொன்றும் தாய்மொழிக் கல்வியில் உறுதியாக இருப்பதற்கும் அவரவர் அரசியல் இறையாண்மைக்கும் தொடர்புண்டெனக் கருதுகிறேன். டென்மார்க் நாட்டின் டேனீஷ் மொழிக்கும், நோர்வே நாட்டின் நோர்வேஜிய மொழிக்கும், சுவீடன் நாட்டின் சுவிடீஷ் மொழிக்கும் மிக நெருங்கிய ஒற்றுமை உண்டு. ஒரு மொழி தெரிந்தால், மற்ற இரண்டு மொழிகளை எளிதாகப் புரிந்து, பேசவும், படிக்கவும் முடியும்.

400 வருடங்களாக டென்மார்க் நாட்டின் அரசியல் அதிகாரத்தின் கீழ் இருந்தபடியால் (தொடர்ந்து, 1813இல் இருந்து 100 வருடங்களாக சுவீடன் நாட்டின் அரசக் கட்டுப்பாட்டில் தனித்த அரசாகவும்)

நோர்வே இருந்தபடியால், அவர்களின் மொழியினை இழந்துவிடும் நிலைக்குச் சென்றிருந்தனர். மொழிகளே, இம்மூன்று நாட்டின் இறையாண்மைக்கும் தனித்த அரசுக்கும் உகந்த வடிவத்தினை வழங்கும் பேராயுதமாக இருப்பதால், அவரவர் மொழியினைத் தக்க வைப்பதிலும், இழந்ததை மீட்பதிலும்தான் தனித்த நில, மக்கள் வழி இறையாண்மையையும் 'தேசம்' என்ற அளவுகோலையும் பெற்று தனியாட்சி பெற முடியும், இல்லையேல், ஒன்றோடு ஒன்று கரைந்துவிடும் என்பதாலும், அவரவர் தாய்மொழியினை வாழ்வியல், பண்பாட்டு, கல்வி, வேலை, சமூக உறவாடல் என அனைத்திலும் தீர்க்கமாகக் கடைப்பிடிக்கிறார்களோ என்ற கோணத்தையும் புறந்தள்ளிவிட முடியாது.

உலகில் தமிழ் மொழிக்கான பள்ளிக்கல்வி அங்கீகாரம் வழங்கியிருக்கும் நாடுகளில் நோர்வே, சுவீடன், டென்மார்க் மற்றும் ஃபின்லாந்து உள்ளதையும் மேலே கூறிய வரலாற்றுப் பின்னணியையும் பொருத்திப் பார்க்கலாம். நம் மொழிக்கு மட்டுமல்ல, தன் நாட்டில் குடியேறிய அனைத்து மொழிப் பிரிவினருக்கும் இந்த நாடுகள் தாய்மொழிக் கல்வியை வழங்குவதில் முனைப்பு காட்டுவதற்கு அவர்களின் அரசியல் வரலாறும் காரணமாகிறது.

4. தாய்மொழிக் கல்வியும் அரசியல் சூழலும் – ஐரோப்பிய உதாரணங்கள்:

ஐரோப்பிய நாடுகள் பெரும்பாலும் மொழிகளின் தொடர்பு இருப்பதால், பிற காரணிகளைப் போல, 'மொழிகளும்' நிலப்பரப்பின் இறையாண்மையைத் தீர்மானிக்கும் கருவியாகின்றன எனலாம்.

அதேப்போல, இன்னோர் உதாரணமாக ஸ்பெயின் மற்றும் கத்தாலேனியாவினை எடுத்துக்கொண்டால், 12 முதல் 15 ஆம் நூற்றாண்டு வரை கத்தாலேனிய மொழிக்கென தனி இலக்கியம் இருந்தபொழுதும், ஸ்பெயினின் அதிகார ஆதிக்கத்தினால் மொழியினை இழந்திருந்தார்கள். 19ஆம் நூற்றாண்டின் இறுதியில், கல்வி மற்றும் வாழ்வியலின் மொழி அடையாளமாக மாற புதுமைப்புரட்சி உருவானதன் விளைவு, இன்று காத்தாலேனியாவின் தனி நாட்டுக் கோரிக்கை வரையிலான உரிமைக்குரல் வரை மீண்டு வந்துள்ளதையும் நாம் கவனிக்க வேண்டும்.

போர்த்துகல் நாட்டின் கலீசியன் மொழி, 12ஆம் நூற்றாண்டின் காலம் வரை, தனக்கென தனி இலக்கியமும் மொழி நடையும்

கொண்டு சீரும் சிறப்புமாக இருந்தது. ஆனால், 14ஆம் நூற்றாண்டின் காலத்தில், அரசியல் மற்றும் வரலாற்றுக் காரணங்களால் கலீசியன் மற்றும் போர்த்துக்கீசியன் என இரண்டாகப் பிரிந்தது. போர்த்துகேய நாட்டினுள் கலீசியன் மொழியும் நெப்போலியன் மன்னனுக்கு எதிரான விடுதலைப் போரிலேயே புத்தாக்கம் பெற்று, அரசியல் வடிவத்தினுள் எழுச்சி பெற்றது.

ஆனாலும் 19ஆம் நூற்றாண்டில் தான் இலக்கியம் புத்தாக்கம் பெற்றது. 1981 இல் தான் துணை அலுவல் மொழியாக கலீசியனும் நிலைத்தது. இன்றையக் கணக்கின் படி, கலீசிய மக்கள் தாய்மொழிக் கல்வி வழியிலான இருமொழிக் கல்விக் கொள்கையின் விளைவில் போர்த்துகேசிய மொழியிலும் அதன் பின் ஆங்கிலத்திலும் புலமைப் பெற்று வருகிறார்கள்.

இங்கிலாந்தினுள் இருக்கும் வேல்ஷ் மாகாணத்தின் தனித்த அடையாளத்திற்கு 1999களில் பெற்ற வேல்ஷ் மொழி கட்டாயக் கல்வி சட்டத்திற்கும் தொடர்புண்டென்பதை நாம் மறந்துவிட முடியாது.

5. கூட்டாட்சி மற்றும் பன்மொழிப் பேசும் நாடுகளில் தாய்மொழிக் கல்வி:

ஜெர்மனி மற்றும் தென் ஆப்பிரிக்கா நாடுகளின் பன்மொழிச்சூழலில் தாய்மொழிக் கல்வி என்னும் ஆய்வுக்கட்டுரையில், "பல மொழிகள் நிரம்பிய நிலப்பரப்பில், அதிகார மையம் ஒற்றை மொழியினைக் கல்வி மொழியாக வைத்திருப்பதே ஒற்றுமைக்கான வழி எனத் தவறாகக் கணக்கிடுகிறார்கள். பன்மொழிச் சூழலில் ஒற்றைக் கல்வி மொழி பிரிவினை, ஒற்றுமையின்மை, சமத்துவமின்மை ஆகியவற்றிற்கே வழிவகுக்கும்" எனக்குறிப்பிட்டுஉள்ளார்கள்.

http://www.scielo.org.za/scielo.php?script=sci_arttext&pid=S1727-37812017000100022

ஜெர்மன் நாட்டினைப் பொறுத்தவரை அது ஒரு கூட்டாட்சி நாடு. மாநிலங்கள் அதனதன் சட்டங்களை முழுமையாக அவர்களாகவே வரையறுத்துக்கொள்ளலாம். ஜெர்மன் நாட்டில் பொதுவான கல்வி மொழியாக ஜெர்மானிய மொழி இருந்துவருகிறது. ஆனால், பிரண்டன்பர்க் மற்றும் சாச்சன் மாநிலங்களில் சோர்ஃப் மொழி பேசும் இனக்குழுக்கள் வாழுகின்றனர். அவர்களின் தாய்மொழி பேசும் உரிமையினையும் தாய்மொழிக் கல்வி, கல்வியில் சோர்ப்ஃ

மொழியினர் வரலாறு உள்ளிட்டவற்றைப் பாதுகாக்க அந்த இரு மாநிலங்களிலும் சிறப்புச் சட்டங்கள் உள்ளன.

அதேப்போல, ரோமானி மற்றும் ஃபிரிசன் மொழிகளுக்கும் தாய்மொழிக் கல்வி உரிமையினை ஜெர்மன் நாட்டின் பல மாநிலங்கள் வழங்கியுள்ளன. இந்த மொழிகள் எல்லாம் உயர்கல்வி உள்ளடங்கலாக பாலியல் கல்வி வரைக்கும் அவசியமெனவும் சட்ட வரைமுறைகளில் அனுமதி வழங்கியுள்ளனர்.

அதேப்போல, சுலேசுவிக்-ஒல்ச்டைன் மாநிலத்தில் டேனீஷ் மொழியினருக்கான சிறப்புப் பள்ளிகள் இயங்கிவருகின்றன.

ஃபின்லாந்து நாட்டில் சுவீடிஷ் மொழியினருக்கான முழு அலுவல் பள்ளிகள் இயங்கிவருவதும் குறிப்பிடத்தக்கது.

தாய்மொழிக் கல்வியின் அவசியம் சமூகங்களின் நல்லிணக்கம், குழந்தையின் அறிவின் விரிவாக்கம், பன்மொழிச் சூழலில் முதன் மொழியின் பங்கு, தாய்மொழிக்கு அரசியல் விடுதலை உணர்விற்குமான தொடர்பு எனப் பல கோணங்களில் இக்கட்டுரை வரையப்பட்டுள்ளது. மேலும், ஐரோப்பிய நாடுகளின் சட்ட வடிவங்களும், நோர்டிக் நாடுகளின் மனித உரிமை, கல்வியியல் உரிமை அடிப்படையில் பிணைந்துள்ளதைச் சுட்டிக்காட்ட முனைந்திருக்கிறேன். இந்நாட்டு அரசுகள் தமிழ் மொழிக் கல்வியின் மதிப்பெண்களுக்கான அங்கீகாரத்தை வழங்குவதன் மூலம், இந்நாடுகளில், தமிழர்கள் உயர்கல்வி வரைச் செல்ல தமிழ் மொழிக் கல்வி எவ்வாறு உதவுகிறது என்பதையும் பார்த்துள்ளோம்.

உலக நாடுகளில் தாய்மொழிக் கல்வி

1955 ஆம் ஆண்டு முதல் 1976 ஆம் ஆண்டு வரையில், ஆப்பிரிக்க நாடுகளில் ஆங்கில வழிக் கல்வியோ அல்லது நிலத்தோடும் மக்களோடும் தொடர்பில்லாத ஆப்பிரிக்க மொழிக் கல்வியோ இருந்தது. இதே காலக்கட்டத்தில், தென் ஆப்பிரிக்கா மற்றும் நமீபிய நாடுகளில் அனைத்துப் பிரதேசங்களிலும் பேசப்பட்டுவந்த ஆப்பிரிக்க மொழியே கல்விமொழியாக இருந்தது. தாய்மொழிக் கல்வித் திட்டத்தால், பள்ளி இறுதியாண்டை நிறைவு செய்யும் மாணாக்கர் எண்ணிக்கை 83%ஆக உயர்ந்தது. ஏனைய ஆப்பிரிக்க நாடுகள், பிற மொழிக் கல்வித் திட்டத்திற்குச் செய்த செலவுகளை காட்டிலும் தென் ஆப்பிரிக்க மற்றும் நமீபியா பாதியளவு பொருளாதாரத்தையே கல்விக்குச் செலவிட்டிருந்தது.

1990களில் தென் ஆப்பிரிக்க நாடு தன் கல்விக் கொள்கையாக ஆங்கில மொழியைப் பின்பற்றத் தொடங்கியதும், பள்ளி இறுதியாண்டை நிறைவு செய்யும் மாணாக்கார் வீதம் 44%ஆகக் குறைந்தது. தாய்மொழிக் கல்வி நடைமுறையில் இருந்த காலக்கட்டத்தை விட, ஆங்கில வழிக் கல்வியில் ஆங்கில மொழி கற்கும் திறனும் குறைந்திருந்தது.

2011ஆம் ஆண்டு, நமீபியா நாட்டு அரசாங்கம் தன் நாட்டுக் கல்விக் கொள்கை குறித்து ஆய்வினை நடத்தியது. 1990 வரையில் 13 ஆப்பிரிக்க மொழிகளில் வழங்கப்பட்டு வந்த கல்வியை, ஆங்கில வழிக்கு மாற்றியது அன்றைய நமீபியா அரசாங்கம். 1990ஆம் ஆண்டுக்கு முன்பு செலவிட்ட பொருளாதாரத்தை விட 4 மடங்கு அதிகரித்துச் செலவிட்டது நமீபியா அரசாங்கம். 20 ஆண்டுகளுக்குப் பிறகான ஆய்வில், 98% ஆசிரியர்கள் ஆங்கில மொழியில் புலமை பெறாதவர்களாகவும் அவர்கள் ஆங்கில வழிக் கல்வியை முன்னெடுத்து செல்ல அக்கறை அற்றவர்களாகவும் இருந்தனர். அதோடு, பள்ளித் தேர்ச்சி விகிதம் 36% வீதமாகவும் இருந்ததைக் கண்டு அதிர்ச்சியுற்றது.

இந்தியாவின் ஜார்கண்ட் மாநிலத்தில் 96% மாணவ, மாணவியர்களால் பாடங்களைக் கவனிக்கவோ கற்கவோ

முடியவில்லை. காரணம், அம்மாநிலத்தில் 4% பேர் பேசும் இந்தி மொழியினைக் கல்வி மொழியாக திணித்திருக்கிறார்கள்.

அரசு சார்பற்ற தொண்டு நிறுவனம், 22 நாடுகளில் 160 மொழிக் குழுகளிடம் செய்த கல்விக் குறித்த ஆராய்ச்சியில், பெரும் எண்ணிக்கையிலான மாணாக்கர்களின் பள்ளிக்கூடக் கல்வி முழுமை பெறாததற்கும் பிற மொழியினைக் கற்கும் திறன் இழந்ததற்கும் தாய்மொழி அல்லாத பிற மொழிக் கல்வியே காரணம் என உறுதி செய்தார்கள்.

அவர்களின், ஆய்வு முடிவுகளின் படி தென் அமெரிக்க நாடுகள் மற்றும் ஆப்பிரிக்க நாடுகளில் ஐநாவின் அங்க அமைப்பான யுனெஸ்கோவுடன் இணைந்து பல அரசு சார்பற்ற தொண்டு நிறுவனங்கள் தாய்மொழிக் கல்வி வழியே பிற மொழிக் கல்வி, தாய்மொழிக் கல்வி வழியே உயர்கல்வி என்ற முழக்கத்துடன் 2008 முதல் களப்பணியில் இறங்கினர். அதன் முடிவுகள் எதனைத் தெரிவிக்கின்றன எனப் பார்ப்போம்.

எத்தியோப்பாவில், தாய்மொழிக் கல்வி நடைமுறைப்படுத்தப்பட்ட பிறகு, கற்க முடியாமல் பள்ளியை விட்டு வெளியேறும் மாணவ, மாணவியர்களின் எண்ணிக்கை வெகுவாகக் குறைந்ததோடு ஒரே வகுப்பில் தேர்ச்சி பெறாமல் மீண்டும் படிக்கும் மாணாக்கர்களின் எண்ணிக்கையும் குறைந்துள்ளது.

பெரு நாட்டில், தாய்மொழி வழியே இருமொழிக் கல்விக் கொள்கை 1952ஆம் ஆண்டே அறிமுகப்படுத்தப்பட்டாலும், 1972இல் வேலஸ்கோ தலைமையிலான புரட்சிகர அரசு அமைந்தபிறகுதான் அரசின் முழுமையான நிகழ்ச்சிநிரலுக்கு வந்தது எனலாம். 1975ஆம் ஆண்டு, அமேசான் காட்டுப் பூர்வக்குடிகளின் மொழியினையும் ஆந்தியான் பூர்வக்குடிகளின் கோயுச்சா மொழியினையும் முதன்முறையாகத் தேசத்தினுள் பேசப்படும் மொழியாக அறிவித்தார். 1994இல் தாய்மொழிக் கல்விக்கெனத் தனி அமைச்சகம் அமைக்கப்பட்டதைத் தொடார்ந்து ஸ்பானிய மொழி மட்டுமே கற்றுவந்த பெரு நாட்டு பூர்வக்குடிகள் அவரவர் தாய்மொழிக் கல்வியினைப் பள்ளி முதன்நிலை வகுப்புகளிலும், பள்ளி உயர்வகுப்புகளில் தாய்மொழியோடு ஸ்பானிய மொழியையும் கற்று சிறந்து விளங்குகின்றனர்.

கோத்தமாலா நாட்டில், தாய்மொழி வழியே இரு மொழிக் கல்வித் திட்டம் செயல்படுத்தப்பட்டது. 15% மக்கள்தொகையினை

இத்திட்டம் உள்ளடக்கியது. ஏனைய பள்ளிக்கூடங்களை ஒப்பிடும்பொழுது, இப்பள்ளிக்கூடங்களில் தேர்ச்சிவிகிதமும் அதிகரித்தது, கல்விஇடைநிறுத்தமும் வெகுவாகக் குறைந்தது. தாய்மொழி வழியிலான இரு மொழிக் கல்வித் திட்டத்திற்கு கோத்தமாலா நாடு மாறியபொழுது பெரும் பொருளாதரத்தைக் கல்விக்கு ஒதுக்கினாலும், காலப்போக்கில் அந்நாடு, 5.6 மில்லியன் அமெரிக்கன் டாலரை வருடந்தோறும் சேமிக்கத் தொடங்கியது.

பாப்பூ நியூ கினியா என்னும் நாட்டில் உள்ள 800 மொழியில் 450 மொழியினைக் கல்விமொழியாக அந்நாடு பின்பற்றுகிறது. அனைத்து மொழிக்குமான பாடத்திட்டம் கணினி மையப்படுத்தப்பட்டுள்ளது. இதன் மூலம், பெரும் பொருளாதாரத்தை அந்நாடு மிச்சப்படுத்துகிறது.

பிலிப்பைன்ஸ் நாட்டின் லுபுவோகன் மாவட்டத்தில் சோதனை முயற்சியாக, 2002 ஆண்டு, தாய்மொழி வழியே இரு மொழிக் கல்விக்கொள்கை நடைமுறைப்படுத்தப்பட்டது. 10 ஆண்டுகள் கழித்து, வெற்றிகரமாகக் கருதப்படுவதால், அனைத்து பூர்வக்குடி மக்களும் அவரவர் தாய்மொழி வழியே கல்விக் கற்க, 2012 ஆம் ஆண்டு பிலிப்பைன்ஸ் அரசாங்கம் கொள்கை முடிவாக எடுத்தது. இதன் வழியே, பள்ளிக் கல்வியின் முதல் மூன்றாம் ஆண்டு, அவரவர் தாய்மொழியிலும், அதன்பின்னர், ஆங்கிலமும் துணைப்பாட மொழியாகப் பயிற்றுவிக்கப்படுகிறது.

சீன நாடும் இந்தியா போன்று பல்வேறு மாநிலங்களும் பல்வேறு மொழிகளும் கொண்ட நாடுதான். ஆனால், அனைத்து மொழியும் ஒரே மொழிக்குடும்பத்தையும் எழுத்து நடைகளையும் கொண்டவை. இருப்பினும், அனைத்து மாநிலங்களிலும் அவரவர் மொழியில் பள்ளியின் 5 ஆண்டுகள் கல்வியும், பிறகு மாண்டரின் மொழிக் கல்வியும் நடைமுறையில் உள்ளது.

மேற்கூறிய செய்திகள் வழியே, தாய்மொழிக் கல்வி எவ்வளவு முக்கியம் என்பதனையும், பிற மொழியில் சிறந்து விளங்கவும் கூடத் தாய்மொழி வழி கற்றலே சரியானது என்றும் புரிந்திருக்கும்.

தரவுகள்:

- *http://www.campaignforeducation.org/docs/reports/GCE%20Mother%20Tongue_EN.pdf*

- *https://www.globalpartnership.org/blog/children-learn-better-their-mother-tongue*

- *http://unesdoc.unesco.org/images/0017/001777/177738e.pdf*

- *https://www.adb.org/sites/default/files/publication/176282/ino-mother-tongue-multilingual-education.pdf*

- *https://www.sil.org/sites/default/files/files/mtbmle_implications_for_policy.pdf*

- *https://economictimes.indiatimes.com/swaminathan-s-a-aiyar/what-does-the-mother-tongue-mean/articleshow/5529727.cms*

தமிழர்களின் பல்லாயிரம் கால வரலாற்றில் தமிழின் போராட்டம் – சமூகத்திலும் கல்வியிலும்!

(இக்கட்டுரை, மருத்துவர் சு. நரேந்திரன் அவர்கள் 2004இல் எழுதிய "தமிழ் வழிக் கல்வி கானல் நீரா? " என்னும் நூலைத் தழுவி, அதில் உள்ள தகவல்களை உள்ளடக்கி எழுதப்பட்டது)

ஆதிக்கவாதிகளின் முதல்குறியே மொழியும் கல்வியுமே! பூர்வக்குடி மக்களின் மண்ணின் மைந்தர்களும் அந்நிய மொழியினைப் பேச்சு வழக்கிலும் பின்பு கல்வி மொழியாகவும் ஏற்றுக்கொள்கிறார்கள் என்றால், அந்த நிலமும் மக்களும் அந்நியர்களின் அடிமையாக இருக்கிறது எனலாம். கல்விமொழியில் தமிழின் நிலை கீழ் இறங்குவதும், பிற மொழிகள் உள்நுழைவதும், தமிழ் மீண்டும் சமூகத்திலும் கல்வியிலும் தழைத்துவருவதும் வரலாற்றின் ஓட்டத்தில் பலமுறை நிகழ்ந்துள்ளது. தமிழ் மொழியும் நிலமும் ஆதிக்க சக்திகளுக்கு எதிராகத் தொடர்ந்து தன்னைத் தக்க வைக்கப் போராடியதன் விளைவே இரண்டாயிரம் ஆண்டுகளுக்கு முன்பு எழுதப்பட்ட சங்க இலக்கியப் பாடல் வரிகளின் பெரும்பாலுமானவற்றை இன்றும் சராசரியாகத் தமிழ்த் தெரிந்தோரும் புரிந்துகொள்ள முடிகிறது. ஒரு மொழியின் பெருமை அதன் தொன்மையில் இல்லை, தொடர்ச்சியில் இருக்கிறது. இத்தனை வருடங்கள் இம்மொழி தொடர்ந்து வந்ததாலேயே நாம் இன்றும் தமிழன் என்னும் பெருமையை உலக அரங்கில் ஓங்கி ஒலிக்க முடிகிறது. அத்தகைய, பல்லாயிர வருட மொழியினைச் சமூகத்திலும் கல்வியிலும் நாம் வைத்திருக்கிறோமா? கல்வி மொழி தாய்மொழியாக இருப்பதற்கும் ஆதிக்க அரசியலுக்கு எதிரான போராட்டத்திற்கும் தொடர்பு உண்டா? அதற்கு அடுத்த நிலையில், தாய்மொழிக் கல்வி என்பது வெறும் மொழியுணர்வு உணர்ச்சி அடிப்படையிலா, அல்லது சமூக நிலைநிறுத்தல்களின் அடிப்படையிலா? இரண்டாயிரம் ஆண்டுக்கால கல்வி மொழியில் தமிழின் போராட்டங்கள் என்ன என்பதன் தொகுப்பே இக்கட்டுரை.

1. நிகழ்கால ஆங்கில மோகம்:

பல நூறு ஆண்டுகள் ஆங்கிலேயர்களின் அடிமைச் சங்கிலியைச் சுமந்ததன் விளைவிலும் அந்நிய ஆதிக்கவாதிகளின் நிழலில் குளிர்காய்ந்தவர்களின் வாழ்க்கைமொழியாக ஆங்கிலம் ஒட்டிக்கொண்டதுடன், பின்பு உயர் வர்க்கமும் உயர்சாதியாகக் கருதப்பட்டவர்களும் எளிதில் ஆங்கிலத்தின் இரையாக மாறினார்கள். தமிழ் பேசுபவர்களளைத் தாழ்த்தப்பட்டவர்களாகக் கருதும் சமூக இழிநிலை படிப்படியாக உள்நுழைந்ததன் விளைவை இருபதாம் நூற்றாண்டுக் கதைகள், திரைப்படங்கள், நாவல்கள் வழியே அறிய முடிகிறது.

இத்தகைய போக்கே கடந்த நூற்றாண்டு முழுவதும் தொடர்ந்து, தங்களை மேம்பட்டவர்களாக காட்டிக்கொள்ள ஆங்கில உச்சரிப்பைப் பேணியதையும், கல்வி மொழியாகப் படிப்படியாக ஆங்கிலம் உள் நுழைந்ததையும் காண்கிறோம். இச்சூழல் சரியா, தவறா என்னும் விவாதம் சமூக, அரசியல் அரங்கில் ஓங்கி வளரும் முன்னே, உலகமயமாக்கல் என்னும் புதிய அரசியல் உலகின் போக்கு ஆங்கிலத்தைப் பெரும்வீச்சில் நம் நிலத்திலும் கல்வியிலும் தக்கவைக்க உதவிற்று.

அதன் வீச்சு 30 ஆண்டுகள் தொடர்ந்துவிட்ட இத்தகைய நிலையில்தான் தாய்மொழிக் கல்விக் குறித்த பெரும்குரல்கள் ஆங்காங்கே மீண்டும் ஒலிக்கத் தொடங்கியுள்ளது. சரியா, தவறா என்னும் வாதத்தைப் புரிந்துகொள்வதற்கு முன் கடந்த இரண்டாயிரம் ஆண்டுக்காலத்தில் நம் நிலத்தின் கல்வியில் தமிழ் மொழியின் போராட்டங்கள் குறித்து அறிந்தால் புதுநம்பிக்கை பிறக்கும் என நம்புகிறேன்.

2. களப்பிரர் முதல் பல்லவர் காலக் கல்வி மொழி:

சரிவர காலகணிப்போ மொழி, இனம் குறித்தத் தெளிவான தகவல்கள் பதியப்படாமல் இருந்தாலும் கி.பி. 3 ஆம் நூற்றாண்டில் களப்பிரர்களும் 4ஆம் நூற்றாண்டில் இருந்து பல்லவர்கள் கி.பி. எட்டாம் நூற்றாண்டு வரை ஆட்சியில் மேலோங்கி இருந்த காலத்தில் தான் வடமொழிக் கல்லூரி தோன்றி வேதாந்தம், தர்மசாஸ்திரம், புராணம் ஆகியவை கற்றல் திட்டத்தில் நுழையும்பொழுது முதலில் வடமொழியும் தமிழும் என்றிருந்து பல்லவப் பெருநிறுவனங்களில் வடமொழி மட்டும் என்றாகி, படிப்படியாக தமிழக பெருநிலப்பரப்பெங்கும் தமிழ் இல்லாது வடமொழிப்பாடங்கள் மட்டும் என்றானதாக வரலாற்றுத் தகவல்கள் மூலம் அறிய முடிகிறது.

இந்தி ஆதிக்கம் முதல் சமஸ்கிருதம் ஈறாக பகவத் கீதை வரை தமிழகம் எதிர்க்கும் மனநிலை வரலாற்றுத் தொடர்ச்சியின் விளைவே என்பதையும் சேர்த்தே உணர்க!

மேலே சொன்ன வடமொழிக் கல்வியின் காலக்கட்டத்தில்தான் கல்வி நிலையங்கள் முழுக்க பிராமணர்கள் வீட்டின் முற்றங்களுக்கும் குருகுலக் கல்வியில் பிராமணர்களின் தலைமையிலும் உருவாகியது.

வடமொழி மட்டுமல்ல, வடமொழியின் பெருந்திரள் மக்களும் அடுத்தடுத்து உள்நுழையத் தொடங்கியதும் இக்காலக்கட்டதில் எனலாம். கோயில்கள் மற்றும் அதன் வழிபாடும், சமய இலக்கியங்கள் என அனைத்தும் வடமொழி மயமானதும் அடுத்துடுத்து நடந்தது. இதற்கு எதிராக உருவானதுதான் சைவ வழிபாடு, தமிழ் இலக்கியப் படைப்புகள் வழி வடமொழி வழிபாட்டிற்கு எதிராக உருவாகத் தொடங்கியது என்பதையும் அறிக!

கி.பி. ஏழாம் நூற்றாண்டில் பல்லவ மன்னனுக்கு எதிராக, "நாமார்க்கும் குடியல்லோம், நமனை அஞ்சோம், நரகத்தில் இடர்படோம், ஏமாப்போம், பிணி அறியோம்" என அறச்சீற்றம் கொண்ட அப்பர் அடிகளின் முழக்கம் ஆதிக்கச் சக்திக்கு எதிராகக் கொதித்த தமிழர் உள்ளத்தின் பிரதிபலிப்பு என்பதை உணர்க! பக்தி இலக்கியம் தமிழ்மயமானதன் விளைவு தமிழ்க்கல்வியும் வரத்தொடங்கியது.

3. பிற்காலச் சோழர்களின் எழுச்சியும் கல்வி மொழிச் சிக்கலும்:

கி.பி. எட்டாம் நூற்றாண்டுக்குப் பின், மீண்டும் சோழர்கள் புத்தியிர் பெற்று தமிழர் நிலங்களின் தலைவர்களாக மாறியிருந்தாலும் ஏற்கெனவே நானூறு ஆண்டுகளுக்கும் மேலாகப் பதிந்துவிட்ட பிராமணரின் உயர்வுக்கோ வடமொழி ஊடுருவலுக்கோ பெருந்தீங்கு ஏற்படவில்லை. பல நூறு ஆண்டுகளுக்குப் பின் தமிழர் தலைவர்களும் தமிழர் ஆட்சியும் நிலைத்தோங்கிய தருணம் தமிழும் மறுமலர்ச்சி பெற்றதால் வடமொழிக் கல்வி உயர்வர்க்கக் கல்வி மொழியாகவும் எளிய மக்கள் கல்வி மொழியாகத் தமிழும் இருந்தது எனலாம்.

சோழர் காலத்தில் உருவான தமிழர் இலக்கியங்களான நிகண்டுகளும் சைவ இலக்கியங்களிலும் கூட வடமொழி இலக்கிய இலக்கணங்கள் இருந்ததெனவும் அறிய முடிகிறது. தமிழ் இலக்கிய மறுமலர்ச்சிக்கு வித்திட்ட ஒட்டக்கூத்தரின் மூவர்

உலாவும் புகழேந்தியின் நளவெண்பா உருவான காலத்தில் தமிழில் படைக்கப்பட்ட கம்பனின் இராமாயணம் வடமொழியும் வட இந்திய இதிகாசம் மட்டும் கட்டுகதைகளைத் தாங்கியே வந்தது. இதில் இருந்து இலக்கிய, இலக்கணங்கள் எனத் தொடர்ந்து வடமொழி நம்மோடு நிலைக்கக் காரணம் கல்விமொழியில் அதன் பெரும்தாக்கம் கொண்ட அரச உதவியுடனான ஊடுருவலே!

கி.பி. 13ஆம் நூற்றாண்டில் மீண்டும் தலைத்தூக்கிய பாண்டியர் காலத்தில் தமிழ் இன்னும் உயர்ந்து விளங்கியது என்றாலும் தமிழும் வடமொழியும் இரு கண்கள் என்றே அரசியல், அரச நடைமுறை இருந்துவந்துள்ளது. முதலாம் மாறவர்மன் சுந்தரபாண்டியனின் மெய்க்கீர்த்தியில், "நால் வகை வேதமும் நவின்றுடன் வளர" என்றும், இரண்டாம் மாறவர்மன் சுந்தரப்பாண்டியனின் மெய்க்கீர்த்தியில், "சுருதியும் தமிழும் தொல் வளங்குல" என்றும், மாறவர்மன் குலசேகர பாண்டியனின் மெய்க்கீர்த்தியில், "அருந்தமிழும் ஆரியமும் மறுசமயத்தற நெறியும் திருத்துகின்ற மனு நெறியுள் திறம்பாது தழைத்தோங்க முத்தமிழும் மனுநூலும் நான்மறை முழுவதும் எத்தவச் சமயமும் இனிதுடன் விளங்கவும்" என்றும் கூறப்பட்டுள்ளது.

இதன்வழி தமிழும் வடமொழியும் இரண்டையும் விடாது பிற்காலச் சோழர்களும் பாண்டியர்கள் இணைத்தே கொண்டுச் சென்றுள்ளனர் எனினும் தனிமனிதப் புலவர்களும் இலக்கியவாதிகளுமே தமிழைத் தொடர்ந்து மக்கள் மையத்தில் தக்கவைக்கச் செய்துள்ளனர். அதற்கு, தமிழ்க் கல்வி மீண்டும் உயர்வு பெற்றதையும் களப்பிரர்கள், பல்லவர்கள் ஆட்சிக்குப் பிறகு தமிழ் மீண்டு வந்ததற்கு சோழர்கள், பல்லவர்களைப் பாராட்டுவதா, இல்லை வடமொழியையும் இணைத்தே கல்வியில் புகுத்தி வைத்திருந்ததற்கு கோபமுறுவதா என்பதில் எனக்குக் குழப்பம் கூட உண்டு.

4. விஜயநகர, மராத்திய, முகலாயர்களின் அரசுகளும் மொழிக்கலவையும் பண்பாட்டுக் கலவையும்:

முகலாயர் அரசும் பிற்காலச் சோழர்கள் மற்றும் பாண்டியர்களுக்குப் பின்னரான விஜயநகர அரசர்கள், சமயக் கல்வியை மட்டுமே முன்னிறுத்தினர். பொதுமக்கள் கல்வியைப் பற்றி கவலைப்படாமலும் இருந்தனர். தர்ம சாஸ்திர விதிகளைக் காத்து இராம இராச்சியம் அமைக்கப்படவே முனைந்திருந்தனர். தமிழிசையும் தமிழிலக்கியங்களும் இல்லாத வடமொழி, தெலுங்கு இசைகள், இலக்கியங்கள் வளர்ச்சி பெற்றன.

களப்பிரர் காலம் முதல் பிற்கால சோழர்கள் பாண்டியர்களின் பின்வந்த விஜயநகர அரசர்கள் வரலாற்றை அறியும்பொழுது, எப்பொழுதெல்லாம் வட இந்திய ஆதிக்கமும் வடமொழி ஆதிக்கமும் இருந்ததோ, அப்பொழுதெல்லாம் கல்வியில் தமிழ் இல்லாது போவதும் வட இந்திய ஆதிக்க இறை வழிபாடு முதல் பண்பாடு வரை அனைத்தும் துளிர்ப்பதுமாக இருந்துள்ளது.

நிகழ்கால பாஜகவின் வளர்ச்சியில் இராம இராஜ்ஜியம், வடமொழித் திணிப்பு, இந்தி மொழித் தேவை, பகவத் கீதை, இராமாயணம் எனப் பேச்சுக்கள் தொடர்வதும், தமிழ்பண்பாட்டுத் துறை அமைச்சர் மாஃபா பாண்டியராசன், "தமிழும் சமஸ்கிருதமும் இரு கண்கள்" என்றுரைப்பதும் நம் அதிகாரங்கள் மீண்டும் படிப்படியாகக் கைவிட்டுபோவதும் இச்சண்டை பல ஆயிரங்கள் தொடரும் சண்டை என்பதோடு நம் மொழியும் நிலமும் தொடர்ந்து எதிர்ப்புணர்விலேயே சுழல்கிறது என்பதையும் காணமுடிகிறது.

சாதியம் உருவாகவும் உயர்வுத் தாழ்வு நிலை பல்கிப் பெருகவும் களப்பிரர், பல்லவ, விஜய நகர ஆட்சியாளர்கள் தொடங்கி, அவர்கள் கொண்டு வந்த வழிபாடு, கல்வி என அனைத்துமே பயன்பட்டுள்ளது.

விஜய நகர நாயக்கர்கள் ஆட்சிக்குப் பின் கி.பி 17, 18இல் வந்த தொண்டைமான்கள் ஆட்சியில் தெலுங்கு செழித்துவந்தாலும் தமிழர்களின் கல்விக்கும் வாய்ப்பளிக்கப்பட்டதும் பின்னர் வந்த வாரிசுகளின் ஆட்சியில் கொடிகளிலும் பட்டயங்களிலும் தெலுங்கு, ஆங்கிலம் எனச் சொற்கள் தென்பட்டுள்ளன.

மராத்தியர் ஆட்சி, ஆங்கில ஆட்சி, விஜய் நகர ஆட்சி, தொண்டைமான்களின் பிற்கால ஆட்சிகளில் வடமொழி, தெலுங்கு முன்னிலையிலும் ஆளுகைக்கு உட்பட்ட மொழியினர் என்பதால் கல்வியில் அவ்வப்பொழுது தமிழும் இருந்துவந்ததன் விளைவே, இன்னும் சொல்லப்போனால் தமிழும் தமிழர்களும் தொடர்ந்து தங்களை நிலைநிறுத்தப் போராடிவந்துள்ளனர் எனலாம். இல்லையேல், இந்நிலத்தில் தமிழ் பல மொழிகளின் கலவையில் வேற்றுமொழியாக மாறியிருக்கும் இந்நேரம்.

தமிழில் வடமொழிக் கலவையும் பல ஆட்சிகளின் வழியிலும், கி.பி 13ஆம் நூற்றாண்டுக்குப் பின் திட்டுத்திட்டாக முகலாயர்களின் ஆட்சியின் வடிவில் பாரசீக, அரேபிய மொழிக்கலவை தமிழில் நிலைக்கக் காரணமே, கல்வி மொழி தமிழ் அல்லாது சென்று சமூக பேச்சுவழக்குமொழியாக மட்டும் தொடர்ந்ததே ஆகும். கல்வியில்

தமிழை வைக்கப் போராடுவதற்கு மேலே சொன்ன வரலாற்றுத் தகவல்களே காரணம்.

ஆட்சி மொழியாக இன்னொரு மொழி உருவானபின் கல்வி மொழியில் வேறு மொழி உட்புகுத்தப்படும், இல்லையேல் பூர்வகுடிகள் கல்வி மொழியை இழக்கும்பொழுது ஆட்சி அதிகாரத்தில் வேற்று மொழியினர் தலைமை தாங்குவர். நாம் இன்று வரை தமிழைக் கல்வி மொழியில் வைத்திருக்கப் போராடுவதற்கும் அரசியலும் காரணம், நம் வரலாறு தொடர வேண்டுமென்றாலும் கல்வியில் தமிழ் நிலைக்க வேண்டும்.

5. கிருத்துவச் சபைகளின் பள்ளிகளில் தமிழ்:

ஐரோப்பியரின் வருகைக்குப் பிறகு, ஆங்கிலம் ஆட்சிமொழியாக மாறியதால், ஆட்சி அதிகாரத்தினர் தமிழை எல்லா நிலையிலும் புறக்கணித்தனர். அலுவக ஆவணங்கள் ஆங்கிலத்தில் மட்டும் தேவைப்பட்டதால் ஆங்கில வழிக் கல்வி, அதுவும் வழக்கம்போல உயர்சாதியினர் மற்றும் உயர்வகுப்பினருக்கே கிடைக்கப்பெற்றன.

ஆனாலும் சில நன்மைகளும் நடந்தன. குறிப்பாக, அச்சு மொழியில் தமிழும், கல்வி மொழியில் தாய்மொழியும் புகுத்தப்பட்டன.

1713இல் தரங்கம்பாடியில், சீகன் பால்கு பாதிரியாரினால் முதன் முதலாகத் தமிழகத்தில் தமிழ் எழுத்துக்களுடன் அச்சகம் ஒன்று தொடங்கப்பட்டது. 1717இல் சென்னையில் டேனீஷ் கிரண்டரினால் இரண்டு இலவசப் பாடசாலைகள் துவங்கபட்டு, சமூக மொழியே கல்வியின் மொழியாக இருக்க வேண்டும் என்ற அடிப்படையில் தமிழே கல்விமொழியாக முன்னிறுத்தப்பட்டது. பல நூறு வருடங்களுக்குப் பிறகு, தமிழ் மட்டுமே கல்வி என்னும் நிலை இங்குதான் உருவானது.

1790இல் தஞ்சை, இராமநாதபுரம் அரசர்களின் நிதி உதவியில், சான் சலீவன் என்பவர் சென்னையிலும், சுவாட்ஸ் பாதிரியார் முயற்சியில் தஞ்சை, சிவகங்கை, இராமநாதபுரம் ஆகிய இடங்களிலும், ஏசு சபையினர் நாகப்பட்டிணம் மற்றும் திருச்சி அதனைத் தொடர்ந்து பிற ஊர்களிலும், 1834இல் அமெரிக்க மதுரை சபை மதுரை, திண்டுக்கலிலும், லண்டன் சமயப்பணி சங்கத்தினர் நாகர்கோவில், நெய்யூர், பாளையங்கோட்டையிலும் சமயப் பணி வளர்ச்சியை முன்னிறுத்தி கல்வி நிலையங்கள் உருவாக்கப்பட்டாலும் தாய்மொழிக் கல்விக்கான முன்னுரிமை வழங்கப்பட்டது. ஆங்கிலமும் தமிழும்

என சில இடங்களில் இருந்தாலும் தமிழே கல்வி மொழியெனப் பல இடங்களில் நிலைநிறுத்தப்பட்டது.

இதுவரை சமய நிலையங்கள் வழி பொதுமக்களுக்கான தமிழ்வழிகல்வியும், ஆங்கிலேயக் குடிகளுக்காக மட்டுமே ஆங்கிலேயர்கள் அரசக் கட்டமைப்பின் கீழ் ஆங்கில வழிக் கல்வியையும் வைத்திருந்தனர். பெருகிவரும் நிர்வாகத்தின் தேவைக்காக, அரசக் கட்டமைப்பின் கீழ்க் கல்வி நிலையங்கள் தொடங்கப்பட்டன. 1) இந்திய பெருநிலப்பரப்பு மக்களை ஆங்கில நிர்வாகத்திற்கு ஒத்துழைக்க வைப்பது, 2) உயர்குடினருக்குக் கல்வி அளித்து உயர் பணிகளில் அமர்த்தினால் தங்களுக்கு எதிராகக் கிளர்ந்து எழ மாட்டார்கள் என நம்பினார்கள்.

கிருத்துவ சமய மையங்கள் நடத்திய கல்விமுறை எல்லோருக்குமானதாகவும் ஆங்கில அரச நிர்வாகம் உயர் பிரிவினருக்காகவும் இருந்ததாலேயே முன்னவர் கல்வி நிறுவனங்கள் தமிழையும் பின்னவர் நிறுவனங்கள் ஆங்கிலத்தையும் முன்னிறுத்தின.

1822இல் நெல்லை வண்ணார்பேட்டையில் இரேனியஸ் பாதிரியார் முதல் பள்ளியையும் 1823இல் செமினிரிப் பள்ளி பெண்களுக்குமெனத் தொடங்கப்பட்டதைத் தொடர்ந்து அனைத்துத் தரப்பு மக்கள் கல்விநிலையங்களிலும் இணைந்ததோடு, கிருத்துவ மதம் தழுவவும் செய்தனர்.

6. தாமஸ் மன்றோ பரிந்துரைத்த தமிழ்வழிக் கல்வி:

1820இல் சென்னை ஆளுநராக வந்த தாமஸ் மன்றோ, பொதுக்கல்வி வாரியத்தையும் (Board of Public Instructions) மேல்நாட்டுப் புத்தகங்களை மொழிப்பெயர்த்து உதவ, பள்ளிப் புத்தகச் சங்கத்தையும் (School Book Society) நிறுவினார். ஆயிரம் மக்கள் வாழும் ஒவ்வொரு ஊருக்கும் ஒரு பள்ளி எனக் கல்வித்திட்டம் வகுக்கப்பட்டு, மாவட்டத் தலைநகர்ப் பள்ளிகளில் ஆங்கில வழியும் வட்டாரங்களில் தமிழ் வழிக் கல்வியும் நடைமுறைக்கு வந்தது.

1832இல் ஆங்கில வழிக் கல்வி பெருந்திரள் மக்களை அந்நியப்படுத்துவதை உணர்ந்த ஆங்கிலேயர்கள் 1 ஆம் வகுப்பு முதல் 8ஆம் வகுப்பு வரை தமிழ் வழிக் கல்வியும், அறிவியல் நூல்களைத் தமிழில் மொழி பெயர்க்கும் நிறுவனங்களும் தொடங்கப்பட்டன.

7. மெக்காலே கல்விமுறையின் ஆங்கிலவழிக் கல்வி ஆதிக்கம்:

கல்வித்துறை அரசாங்க நிர்வாகத்தின் செலவில் பெரும்தாக்கத்தை ஏற்படுத்தியதால், செலவைக் குறைக்க மாற்றுத்திட்டங்கள் தீட்டினர். அதன்படி, நிர்வாகத்தை லண்டனுக்கு மாற்றிய கையோடு, சாமானியர்களின் கல்வியைப் பறிக்க வடிகட்டும் கல்விமுறை (*Filtration Theory*) கொண்டுவந்தனர். மீண்டும் உயர்பிரிவினர், உயர்சாதியினர் மட்டும் கல்வி கற்றால் போதும், அரசாங்க நிர்வாக வேலைவாய்ப்புகளுக்கு ஏற்ற மக்கள் எண்ணிக்கை இருந்தால் போதும் என நினைத்தனர். ஆரம்பக் கல்வியே ஆங்கிலமயமானது. (நவீன நிகழ்கால உலகில் பாஜக அரசாங்கம் புகுத்த நினைக்கும் தேசியக் கல்விக் கொள்கையின் ஆபத்தினையும் ஆங்கிலேயர்கள் கொண்டுவந்த வடிகட்டும் கல்வி முறையையும் ஒப்பிட்டுப் பார்க்கலாம்).

மெக்காலே கல்விமுறை *1835*ற்குப் பிறகு ஆங்கில வழிக் கல்வியை நிலைக்கச் செய்கிறது. இவ்வடிகட்டும் முறை தோல்வியடைவதாகக் கருதியவர்கள் கலந்தூடும் கல்விமுறையைக் கொண்டுவந்தனர். மீண்டும் அனைத்துத் தரப்பினரும் பயிலும் முறை. இருப்பினும், கல்வி மொழியில் தெளிவின்மை தொடர்ந்தது எனலாம்.

8. சார்ல்ஸ் வுட் வருகையால் தமிழ் மீண்டும் கல்வி மொழியானது:

*1954*இல் சார்லஸ் வுட் (*Charles Wood*) என்பவர் புதியக் கல்விக் கொள்கை திட்டம் அறிவிக்கிறார். அதன்படி, அனைத்து இந்திய மொழிகளுக்குமான கல்வி அவரவர் தாய்மொழியில் அமைய ஆணை பிறப்பிக்கப்பட்டது. அதோடு, கல்வி மதச்சார்பற்றதாக இருத்தல் வேண்டும் என்றும் வலியுறுத்தப்பட்டது. *1882*இல் ரிப்பன் (*Ripon*) உருவாக்கிய ஹண்டர் கல்விக்கொள்கை ஆணையம் (*Hunter Commission*) கல்வியை மேலும் பரவலாக்கி, அனைத்துப் பள்ளிகளுமான நிதியை அரச நிர்வாகம் ஏற்கப் பரிந்துரைத்தது.

இருப்பினும் உயர்கல்வி வரை இருந்த கல்வி நிறுவனங்கள் வழி கற்றோர் தங்களை அரச நிர்வாகத்தில் உயர்ந்த நிலைக்கு வரக் காரணம் ஆங்கிலம் என்பதில் தொடங்கி, ஆங்கிலம் கல்லாதோரைத் தாழ்வாக எண்ணும் மனப்போகும் உடையவராக மாறினர். *1914*இல் சென்னை மாகாணம் முழுமைக்கும் எல்லாக் கல்வி நிலையங்களிலும் எல்லாக் கல்வி நிறுவனங்களிலும் தாய்மொழிக் கல்வியைக் கொண்டு

வர இருந்த முயற்சியைச் சென்னை ஆட்சிமன்றக்குழு (Madras Legislative Council) நிராகரித்தது. அக்காலக்கட்டத்தில், சென்னை ஆட்சிமன்றக் குழு பொறுப்பு யாரிடம் இருந்ததென சொல்லித் தெரியவேண்டியதில்லை.

1915இல் உயர்மட்ட ஆட்சிக்குழு தலையிட்டு, மீண்டும் தாய்மொழிக் கல்விக்குப் பரிந்துரைத்து சட்டம் இயற்றிய வேளையில், தாய்மொழிக் கல்வியால் 'தரம்' குறைந்துவிடும் என பலர் எதிர்ப்புத் தெரிவித்தனர். இருப்பினும், பொதுமக்கள் கருத்துக்கணிப்பிற்கு விடப்பட்டு, கொள்கை வடிவில் சட்டமாக ஏற்றுக்கொள்ளப்பட்டது.

1919இல் கல்கத்தா கல்விக்குழுவும் உயர்நிலைப் பள்ளி வரை கட்டாயம் தாய்மொழிக் கல்வியைப் பரிந்துரை செய்தது. அதே காலக்கட்டத்தில், சென்னை பொதுமக்கள் கல்வி இயக்கம் (Directorate of Madras Public Instruction) உயர்நிலைப் பள்ளிக் கல்வி வரை தாய்மொழிக் கல்வியைப் பரிந்துரைத்தாலும், பள்ளி நிர்வாகம் கல்வி மொழியை முடிவு செய்யலாம் என கூறியதால், தங்களுக்கு ஏற்ற 'நல்வாய்ப்பாக' கருதிய பல பள்ளிகள், மாணவர்கள், பெற்றோர்களை சாட்டி ஆங்கில வழித் தேர்வுக்கு மாறியது.

9. தாய்மொழிக் கல்விக்கு முக்கியத்துவம் அளித்த விடுதலை உணர்வு:

1885இல் ஆங்கிலவழிக் கல்வியில் பயின்றவர்களால் உருவாக்கப்பட்ட காங்கிரஸ் மகா சபையும் பிராமணர்களால் தொடங்கப்பட்ட இந்தியத் தேசிய விடுதலை இயக்கங்களும் இந்தியா முழுமைக்கும் மக்களை இணைக்கும் பாலமாக ஆங்கிலவழிக் கல்வியை முன்னிறுத்தினர். அது எல்லா மக்களிடம் ஒருமித்த உணர்வை ஏற்படுத்தும் என நம்பினர். இருப்பினும், உயர்தர வர்க்கமும் உயர்சாதி மட்டுமே நிலைத்த விடுதலை இயக்கங்கள் பலனளிக்காது என்ற கால ஓட்ட சிந்தனை மாற்றத்தால் அனைத்துத் தரப்பு மக்களும் விடுதலை இயக்கங்களில் இணைக்கப்பட்டபொழுது, அவரவர் தாய்மொழிக்கு மீண்டும் முக்கியத்துவம் வருகிறது.

ஆதிக்கச் சக்திகளுக்கு எதிரான மக்களின் அணித்திரட்டல் வேண்டுமெனில் அவரவர் மொழியில் பேசுவதும் எழுதுவதும் அவசியம், அதனைப் படித்து உணர தாய்மொழியில் கற்றிருத்தல் அவசியம் என்பதே இயற்கையின் போக்கு. இதனால்தான் ஆதிக்கச் சக்திகள் முதலில் தாய்மொழிக் கல்வியில் கைவைப்பார்கள் என்பதையும் பகுத்துணர்க.

10. நீதிகட்சியும் தனித்தமிழ் இயக்கங்களும்:

ஆங்கிலேயர்களுக்கு எதிரான விடுதலை உணர்ச்சியில் இந்தியாவெங்கும் 'தேசியவாதிகளால்' வட்டார மொழிக் கல்வி நிலையங்கள், பள்ளி முதல் கல்லூரி வரை தொடங்கப்பட்டாலும், தமிழகத்தில் மாறாக இந்தி வித்யாபீடம் தொடங்கப்பட்டது. இங்கே உருவான தேசியவாதிகள் இந்தியவாதிகளாக இருந்ததன் விளைவும் ஒன்றுசேர்ந்து தமிழ் கல்விக்கு எதிரான மனநிலையும் உருவானது.

அதன் பின் உருவான நீதிக்கட்சி அரசியலும் ஒருங்கேஉருவான தனித்தமிழ் இயக்கங்களினாலும், கல்விநிலையங்களுக்கு தமிழ் மொழி அவசியம் என்னும் நிலை உருவானது. 1922இல் மற்றும் 1930இல் நீதிக்கட்சி ஆட்சியின் ஆட்சியில் பணியாளர் தேர்வுக் குழு, கல்லூரி சேர்க்கைக் குழு உருவாக்கப்பட்டது. கட்டணச் சலுகை, நிதி உதவி ஆகியவை இக்காலக்கட்டங்களிலேயே அறிமுகப்படுத்தப்பட்டன. தமிழகத்தில் இருந்த 300 பள்ளிகளில் 55 தமிழ்வழிக் கல்வி தொடங்கப்பட்டதாகவும் அறிய முடிகிறது.

திருவையாறு அரசர் கல்லூரியில் வடமொழி மட்டுமே கல்வி மொழியாக இருந்த நிலையைப் பன்னீர்செல்வம் மாற்றி தமிழ் வகுப்புகள் தொடங்கச் செய்தார். வடமொழிக் கல்லூரி பெயர் அரசர் கல்லூரி என பெயர் மாறியதும் இதனால்தான்.

சமூக நீதித் தளத்தின் அடிப்படையில் அனைத்துத் தரப்பு மக்களும் வேலைவாய்ப்பினைப் பெற வேண்டுமாயின் தமிழ்வழிக் கல்வி அவசியம் என்றும் ஒரே பிரிவினர் அரசு அலுவலகம் உள்ளிட்ட உயர் பதவிகளுக்கு வருவது குறைந்தது. இந்த சுகவாழ்வைத் தவற விடக்கூடாது என நினைத்தவர்கள் மட்டுமே கல்வியை ஆங்கிலத்திலும் இந்தியிலும் வைக்கவும் தமிழ் இருக்கக்கூடாது என்றும் அன்று முதல் இன்று வரை கதறிவருகின்றனர்.

1932இல் 8ஆம் வகுப்பு வரை தமிழ் வழிக்கல்வி பெரும்பாலுமான இடங்களில் தோற்றுவிக்கப்பட்டதால், கலைச்சொல்குழு அமைக்கப்பட்டு 7400 புதிய கலைச்சொற்கள் பட்டியலைச் சென்னை மாகாண நீதிக்கட்சி அரசாங்கம் வெளியிட்டது.

11. காங்கிரஸ் ஆட்சிகளில் ஆங்கிலமும் தமிழும் தெளிவில்லாத கல்விக்கொள்கை

1937இல் காங்கிரஸ் ஆட்சியில், "இதுவரை தாய்மொழி வழிக் கல்வியை மேற்கொள்ளாத பள்ளிகள் கட்டாயமாகப்பட வேண்டும்,

முதலில் நான்காம் பருவம் வரையிலும் பிறகு படிப்படியாக உயர்நிலைப் பள்ளிக் கல்வி வரை நடைமுறைப்படுத்த வேண்டும்" என்று கட்டளை பிறப்பித்தது. 1942இல் சென்னை ஆட்சியின் அறிக்கைப்படி முன்னூற்றுத் தொண்ணூற்று நான்கு பள்ளிகள் தமிழ் மொழி வழிக் கல்வியினை கற்பித்தன. 1946 இல் அரசாணைப்படி மீண்டும் ஆங்கிலம் இரண்டாம் மொழியானது. தமிழ் முதல் மொழியாகவும் 6ஆம் வகுப்பிற்கு பின்னரே ஆங்கிலம் இரண்டாம் மொழியாகவும் மாறியது.

1956 இல் தமிழ் வழிக்கல்வி பற்றின ஆய்வு மேற்கொள்ளப்பட்டு, அறிவியல் தொழில்நுட்ப நூல்கள் அனைத்தையும் முழுமையாகத் தமிழ்ப்படுத்திவிட்டு தமிழ் வழிக்கல்வியினைப் பின்பற்றலாம் என்று எடுத்த முடிவு ஆங்கிலவழிக் கல்வியினை உயர்நிலைக் கல்வியில் நிலைக்க வைத்துவிட்டது.

1959இல் கல்லூரிகளில் பயிற்றுமொழியாக தமிழ் இருக்கலாம் என்ற அரசாணை வெளியானபொழுதும், பயிற்றுமொழியில் ஆங்கிலமும் வைத்திருக்கலாம் என்றிருந்ததால், பலரும் ஆங்கிலத்தையே தொடர்ந்தனர். மேலும், பள்ளிக் கல்விக்கே பயிற்று மொழிக்குறித்த பல்வேறுக்கட்ட எதிர்ப்பு தோன்றியதால், மூன்றாம் வகுப்பு முதலே மீண்டும் ஆங்கில வழிக் கல்விக்கு வித்திட்டது.

அதேவேளை, 1959இல் கோவையைச் சேர்ந்த ஜி.ஆர் தாமோதரன் கலைக்கல்லூரி தமிழ்க்குழு அமைத்து கோவை அரசினர் கல்லூரியில் தமிழ் பயிற்றுமொழியை நிறுவ, 1963இல் மாநில கல்விக் குழு அறிவுரைக் குழு ஆதரவு அளித்தது. 1959இல் கல்லூரித் தமிழ் கல்விக்குழு தோற்றுவிக்கப்பட்டு பின் 1962 இல் தமிழ்நாட்டுப் பாடநூல் நிறுவனம் (Tamil Nadu Text Book Society) தொடங்கப்பட்டது. இதனால், இளங்கலை, முதுகலைப்பட்டப் படிப்பு வரை 416 கலைப்பாட நூல்களும் 418 அறிவியல் பாட நூல்களும் வெளியாகின.

இன்னொருபுறம், 1962இல் புதிதாக 65 ஆங்கிலவழிக் கல்விப் பள்ளிகளுக்கு அனுமதியளிக்கப்பட்டது. 1962-1965 வரை அவை பல்கிப் பெருகியது.

இதனால், கல்லூரிகளில் தமிழ் தேவையில்லை, ஆங்கிலமே போதும் என்ற நிலை உருவானது. 'பொதுமக்களின் ஆசைக்கிணங்க' நிறைய பள்ளிகள் ஆங்கில வழிக்கல்விக்கு மாற்றியது அன்றைய பக்தவச்சலத்தின் காங்கிரஸ் அரசாங்கம். ஒவ்வொரு கல்வி

மாவட்டத்திலும், வட்டத் தலைநகரங்களிலும் ஆங்கில வழிப் பள்ளிகள் திறக்க அரசாங்கம் பரிந்துரைத்தது.

12. தாய்மொழிக் கல்விக்கு ஆதரவான பல்வேறு கல்விக்குழு பரிந்துரைகள்:

1939இல் மார்ச்சில் பம்பாயில் நடைபெற்ற இந்தியப் பல்கலைக்கழகத்தின் நான்காம் மாநாட்டில், "பல்கலைக்கழகப் பட்டப்படிப்பும் அதற்குட்பட்ட மற்ற வகுப்புகளும் மாணவரின் தாய்மொழியிலேயே இருக்க வேண்டும்" என்ற தீர்மானம் நிறைவேற்றப்பட்டது.

1948இல் இந்தியத் துணைவேந்தர்கள் குழு, "1948 முதல் அடுத்த 5 ஆண்டுகளுக்குள் தாய்மொழிக் கல்விக்குப் பல்கலைக்கழக மட்டங்கள் தயாராக வேண்டும் என்றும் அதற்குப்பிறகு ஆங்கிலம் பயிற்சி மொழியாகவோ தேர்வு மொழியாகவோ இருக்கக் கூடாது" என்றும் பரிந்துரைத்தது.

1948இல் டாக்டர் இராதாகிருஷ்ணன், "வட்டார மொழியின் மூலம் கல்வி கற்பிக்கப்படுவதே ஜனநாயக சமுதாய நலத்தின் பொதுவான அடிப்படையிலும் கல்வியின் அடிப்படையிலும் அவசியமான ஒன்றாகும். வட்டார மொழியில் கல்வி கற்பதன் மூலம் கல்வியின் உயர்ந்த தரத்தையும், சிந்தனையையும் அவர்கள் பெறுவதோடு கல்வியின் விரிந்த எல்லைவரை சென்று ஆய்வு முறையில் ஈடுபாடு காட்டவும் தூண்டுகோல் உண்டாகிறது" என்றார்.

1964இல் இந்திய ஒன்றிய அரசாங்கம் நியமித்த கோத்தாரி குழுவும், "கல்லூரி மட்டத்திலும் பள்ளிகளிலும் மாணவரின் தாய்மொழி மூலமாகவே கல்வி கற்பிக்கபட வேண்டும்" என்று பரிந்துரை செய்துள்ளது.

13. பெருந்தலைவர் காமராஜரும் காங்கிரஸும்:

1950இல் காங்கிரஸ் அரசாங்கத்தின் தமிழ்நாடு மாநில கல்வியமைச்சர் பிறப்பித்த ஆணையில், 6ஆம் வகுப்பு முதல் 11ஆம் வகுப்பு வரை ஆங்கிலம் இரண்டாம் மொழியாகவும், மூன்றாம் மொழி இந்தி கட்டாயம் என்றும், முதல் மொழியாக இந்தி உட்பட இந்தியாவின் எந்த மொழியாக வேண்டுமானாலும் இருக்கலாம் என்றிருந்தது. இந்தி முதல் பாட மொழியாக இருப்பதில் தடை இல்லை என்ற நிலையை இவ்வாணை உருவாக்கியது.

காமராஜர் அமைச்சரவையின் கல்வி அமைச்சர் சி. சுப்பிரமணியம் ஆங்கிலத்தை 5ஆம் வகுப்பு முதல் கட்டாயம் எனவும் கூடவே எல்லா பள்ளிகளிலும் இந்தி கட்டாயம் என்றும் ஆணை பிறப்பித்தார். ஆனால், அதேவேளை, தமிழ் மொழி கட்டாயம் பயிற்று மொழியாக இருப்பதன் அவசியம் குறித்த ஆய்வுக்கூட்டங்களும் காமராஜர் தலைமையில் நடந்தது. எப்பொழுதும் போல, மக்களின் ஆதரவு இல்லை, பள்ளிகளில் தமிழ் இல்லாமல், கல்லூரிகளில் தமிழ் இருக்க முடியாது என்ற வாதமே அரசியல் மற்றும் கல்வியாளர்கள் மத்தியில் சுழன்றது.

1960களில் கல்லூரிகளில் இளநிலை வகுப்புகளில் தமிழ் பயிற்று மொழியாக இருக்கலாம் என்னும் உத்தரவு பிறபிக்கப்பட்டது. கோவை அரசினர் கல்லூரி முதலில் இதனை நிறுவியது.

காமராஜர் பேசிய சில கல்விக்கூட்டங்களில் தமிழ் மொழியைப் பயிற்சி மொழியாக்க வேண்டியதன் அவசியத்தை கூறினாலும், அவரது அமைச்சரவையில் இருந்த காங்கிரஸ் கட்சியினரும் இந்திய தேசியவாதிகளும் இந்தி நிலைக்க தடையாக தமிழ் இருக்குமென கருதியதால், ஆங்கிலத்தை முன்மொழிந்து தமிழ் இல்லாமல் செய்யப் போராடினர். 1950களில் இருந்து காங்கிரஸினரில் காமராஜரும் தோழர் ஜீவா அவர்களும் மட்டுமே தமிழ் பயிற்றுமொழியில் நாட்டம் கொண்டிருந்தனர். ஆனால், காமராஜருக்குப் பின் ஆட்சிக்கு வந்த பக்தவச்சலம், "தமிழ் பேச்சுக்கு உதவும் ஆட்சிக்கோ, கல்விக்கோ உதவாது" என்றார்.

1963ஆம் ஆண்டு பக்தவச்சலம் முதலமைச்சரான பின்னர், 3ஆம் வகுப்பிலிருந்து ஆங்கிலம் கட்டாயம் வகுப்புகளைத் தொடங்க ஆணை பிறப்பித்தார். தமிழ்க்குழு பிறப்பித்த, கல்லூரிகளில் கட்டாயம் தமிழ் பயிற்றுமொழி உத்தரவை நிறைவேற்றாமல் காலம் தாழ்த்துவதைக் கண்டித்து, "நாவலர் நெடுஞ்செழியன் தலைமையில் எதிர்க்கட்சியான திமுக வெளிநடப்பு செய்தது. ஆனால், "பயிற்று மொழி பிரச்சனை" என்னும் புத்தகத்தைப் பக்தவச்சலம் வெளியிட்டு ஆங்கிலவழிக் கல்வி மோகத்தை அதிகரித்தார்.

14. அண்ணாவின் மொழிக்கொள்கையும் காங்கிரஸின் தமிழ் எதிர்ப்பும்:

1963இல் நடைபெற்ற சட்டமன்றக் கூட்டத்தில் பேசிய திமுகவின் மதியழகன், "பயிற்சி மொழியாகத் தமிழை காங்கிரஸ் அரசாங்கம்

அறிவிக்கத் தவறினால், 'தமிழ்த்துரோகி' என்ற பட்டப்பெயர் சூட்டப்படும் என்று ஆளும் கட்சியினரைப் பார்த்துக் கூறினார்.

1968-1969 இல் மாற்றுப் பயிற்று மொழியாக அறிவியல் பாடங்களுக்குத் தமிழ் அறிமுகமாகியது. முதலில் மனித இயல் பாடங்கள் தமிழில் அறிமுகப்படுத்தப்பட்டது. 1969 ஜூன் மாதம் தமிழ்ப் பயிற்று மொழியை ஊக்குவிக்கும் வகையில், தமிழக அரசுக் கல்லூரிகளில் மேலும் சில பாடங்களைத் (கணிதம், அறிவியல் உள்ளிட்ட) தமிழ் வழிப் பிரிவுகளாக மாற்றப்பட்டன. ஏற்கெனவே இருந்த ஆங்கிலவழிப் பிரிவுகளும் தமிழுக்கு மாறின. இதனைத் தமிழ்த்திணிப்பு என்ற பிரச்சாரம் மேற்கொள்ளப்பட்டு ஆங்கில ஆதரவு இயக்கங்கள் தமிழகத்தில் தோன்றின.

1968இல் ஆட்சி மொழிச் சட்டத்தைத் தமிழக சட்டமன்றத்தில் நிறைவேற்றி ஆற்றிய உரையில், அண்ணா அவர்கள், "நான் ஆங்கிலத்தைப் புறக்கணிக்கிறவன் அல்ல. ஆனால், இந்தியாவில் உள்ள எந்தெந்தக் காரியங்களுக்கு ஆங்கிலம் பயன்படுகிறதோ, அந்தக் காரியங்களுக்குத் தகுதி வாய்ந்த இந்திய மொழிகளில் தமிழே இடம்பெறும். அப்படியிருக்கையில், கல்லூரிகளில் தமிழ் பயிற்றுமொழிக்கு ஏற்ற புத்தகங்கள் தயாரிப்பதில் இருக்கும் மனத்தடை எல்லா மட்டங்களிலும் இருக்கிறது. அது களையப்பட வேண்டும். எங்கும் தமிழ், எதிலும் தமிழ் என்னும் நிலை கல்விக்கும் பொருந்தும்" எனவும் பேசியிருக்கிறார்.

அண்ணாவின் மறைவிற்குப் பின்னர் 1970களில் கலைஞர் அரசாங்கம் கொண்டு வந்த தமிழ் பயிற்றுமொழித் திட்ட விரிவாக்க ஆணையை சிண்டிகேட் காங்கிரஸ்காரர்களும் டாக்டர் லெட்சுமணசாமி போன்றோர்களும் எதிர்த்தனர். மதுரையில் இவ்வாணையை எதிர்த்து மாநாடும் நடந்தது. அன்றைய முதல்வர் கலைஞர் கருணாநிதியின் கொடும்பாவி எரிக்கப்பட்டது. வேலைவாய்ப்பு இவ்வாணையால் பறிபோகும் என்றும், ஏற்கெனவே இந்தியை அகற்றிவிட்டார்கள், இனி ஆங்கிலமும் இல்லையென்றால், தமிழர்கள் வேலையற்றவர்களாகி விடுவார்கள் என்ற பிரச்சாரத்தின் பயனால், தமிழகமெங்கும் மாணவர் அமைப்புகள் காங்கிரசினர் பின் திரண்டனர்.

'நாட்டின் பொதுவான வேலையில்லாத் திண்டாட்டத்தைத் தமிழ்ப் பயிற்று மொழியுடன் முடிச்சுப் போடாதீர்கள்' என்ற முதல்வரின் அறிக்கை நிராகரிக்கப்பட்டன.

மாணவர் போராடங்களைத் தொடர்ந்து, கல்விக்காக அமைக்கப்பட்ட வல்லுநர் குழுவில் இடம்பெற்றிருந்த ஜி.ஆர். தாமோதரன், நெ.து. சுந்தரவடிவேலு ஆகியோரின் அறிக்கை, "பயிற்று மொழியை தேர்ந்தெடுக்கும் உரிமை மாணவர்களுக்கே உண்டு" என்றும் கூறியது.

1971இல் கலைஞர் அரசாங்கம், "இளங்கலை, இளமறிவியல் பாடங்களை முழுக்க தமிழிலேயே படிப்போருக்கு 180ரூபாய் ஆண்டுதோறும் ஊக்கத்தொகை பெறும்" என்ற வாய்ப்பை வழங்கி தமிழில் படிக்க ஊக்குவித்தது. அரசுக் கல்லூரி, தனியார் கல்லூரி என அனைத்திற்குமென 1972இல் உத்தரவு பிறப்பித்தது.

1970களில் தமிழகத்துக் கல்லூரிகள் 41. இதில் புதுமுக வகுப்பு அளவில் தமிழ் வழியில் 13 கல்லூரிகளும் தமிழ், ஆங்கிலம் ஆகிய இருமொழி வழியில் 28 கல்லூரிகளும் கற்பித்தன. தனியார் கல்லூரிகளைப் பொறுத்த வரையில் 117 கல்லூரிகளில் 82 கல்லூரிகள் தமிழ் வழியில் புதுமுக வகுப்புக் கல்வியை அளித்தன.

இளமறிவியல் பட்ட வகுப்பில் அரசுக் கல்லூரியில் 30இல் 22 கல்லூரிகள் தமிழிலும் 8 கல்லூரிகள் இரு மொழியிலும் கற்பித்தன.

அதேவேளை, 1979இல் மழலையர் வகுப்பு தமிழில் மட்டும் இருக்கவேண்டும் என்ற அன்றைய கல்வியமைச்சரின் உத்தரவு இன்று வரை நிறைவேற்றப்படவில்லை.

15. 1975–2000 வரை பயிற்று மொழிச் சிக்கல்கள்:

மாநில உரிமையில் இருந்த கல்வி மையப்பட்டியலுக்குச் சென்றதும், கேந்திரிய வித்தியாலயா பள்ளிகளும், பெரும் வீச்சில் தனியார் ஆங்கிலப் பள்ளிகளும் தோன்றின.

எம்.ஜி.ஆர் ஆட்சியினைப் பொறுத்தவரை, 1978இலேயே 11ஆம் வகுப்பு 12ஆம் வகுப்புகளில் ஒவ்வொரு பிரிவும் ஆங்கிலம் பயிற்று மொழியாக இருக்க ஆணை பிறப்பித்தார். ஆங்கில வழி தனியார் பள்ளிகளும் மைய அரசின் கேந்திரிய வித்தியாலயா பள்ளிகளும் பல்கிப் பெருகவும் காரணம் எம்.ஜி.ஆர் ஆட்சியின் பயிற்று மொழி புரிதலின்மைதான், அதனைத் தொடர்ந்து அரசுப் பள்ளிகளிலும் உயர்நிலை வகுப்பின் எல்லாப் பாடப்பிரிவும் ஆங்கிலம் வரவும் காரணம் அவர்தான்.

இவை, மீண்டும் ஆங்கில வழிக் கல்விக்குக் கல்லூரி மட்டங்களுக்கும் உரம் சேர்த்து 1983இல் 188 கலைக்கல்லூரிகளில் தமிழ் வழியில் 12 விழுக்காடு மாணவர்களே பயின்றனர்.

1980-81 அண்ணாமலைப் பல்கலைக்கழகம் இளங்கலை வணிகவியல் வகுப்பில் 121 மாணவர்களைக் கொண்டு நடந்துவந்தது 1983இல் நிறுத்தப்பட்டது. இப்படி, அடுத்தது ஒவ்வோர் ஆண்டும் பள்ளிகள் ஆங்கில வழிக்கு மாறியதன் விளைவு, கல்லூரிகளில் தமிழ் பயிற்று மொழி அவசியமற்றதாகிநிற்கிறது.

1990களில் கலைஞர் ஆட்சியில் பள்ளிகளில் அனைத்துப் பாடப்பிரிவுகளிலும் தேவையான பல வகுப்புகளில் ஆங்கிலப் பாடங்களை நடத்த அனுமதி அளித்து ஆணை பிறபிக்கப்பட்டது.

1996க்குப் பிறகு வந்த கலைஞர் அரசாங்கம், 1ஆம் வகுப்பு முதல் 5ஆம் வகுப்பு வரையில் தமிழ் பயிற்று மொழி கட்டாயம் என்னும் ஆணைக்கு எதிராக சென்னை நீதிமன்றத்தில் வழக்குத் தொடுக்கப்பட்டு, ஆணை செல்லாததாக அறிவிக்கப்பட்டது.

1974 வரை திமுகவின் பயிற்று மொழிக் குறித்த பார்வை வேறாகவும், 1990களில் இருந்து வேறாகவும் இருந்துவந்துள்ளது. திமுகவின் கொள்கைபடி, கட்டாயமாக இந்தி இருக்கக்கூடாது, கட்டாயம் ஆங்கிலம் வேண்டும், ஆனால், கட்டாயம் தமிழ் வேண்டும் என்ற தெளிவும் கொள்கை உறுதியும் இல்லை.

16. இன்றைய நிலையும் அரசியலும்:

2000 ஆண்டு, பள்ளிகளின் மழலையர் வகுப்பின் பயிற்று மொழி தமிழ் கட்டாயம் என்னும் திமுக அரசாங்கத்தின் ஆணைக்கு எதிராக வென்ற வழக்கை எதிர்த்துப் பெற்ற வெற்றியை அதிமுகவின் ஜெயலலிதா அம்மையார் வரவேற்று அறிக்கை விடுத்தார். 2011இல் இருந்து பலகட்டங்களாக அரசுப் பள்ளிகளை முழுமையாக ஆங்கிலத்திற்கு மாற்றும் வேலையையும் ஜெயலலிதா அம்மையார் ஆட்சியே செய்தது. அவரின் விசுவாசிகளின் ஆட்சியும் இன்றளவும் செய்துவருகிறது.

இவற்றுக்கு எல்லாம் தொடக்கமாக, 2006-2001 திமுக ஆட்சியில்தான் சென்னை மாநகரப் பள்ளிகள் ஆங்கில வழிக்கு மாற்றியதே எனலாம். 1996-2001 ஆட்சியின் திமுக அரசாங்கம் பிறப்பித்த அனைத்து மழலையர் பள்ளி கட்டாயத் தமிழ் வகுப்பு,

அதன் பின்பு, கட்டாயம் ஒரு பாடமாவது தமிழ் வகுப்புகள் என மாறி, பிறகு மழலையர் கல்வியே முழுக்க ஆங்கிலமயமாகும் நிலைக்குத்தான் ஆட்சியாளர்களின் கற்றல் தொடர்பான செயல்பாடு திசை மாறியுள்ளது.

2000க்கு பிறகு, தாய்மொழிக் கல்விக் குறித்து விவாதிக்கவும், அரசின் கொள்கை முடிவாக மாற்றவும் பல்வேறு தமிழ் அமைப்புகள் தொடர்ந்து போராடிவந்தாலும் 1975ற்கு பிறகு பயிற்று மொழிக் குறித்த பார்வையில் ஆட்சியாளர்கள் தொடர்ந்து தெளிவின்றி வந்ததன் விளைவும், உலகமயமாக்கல் சூழலில் ஆங்கில மொழித் தேவையின் அளவு, நீட்சி குறித்த புரிதலின்றிச் சமூக ஓட்டம் நிகழ்ந்துவிட்டதன் விளைவினாலும் 'தமிழர்' குரல் தாய்மொழிக் கல்வி கொள்கையில் எடுபடவில்லை.

ஆனால், இதேகாலக்கட்டத்தில்தான் தமிழகமெங்கும் தாய்த்தமிழ் பள்ளிகள், தனிநபர்கள், தனி அமைப்புகளின் முயற்சியின் பேரில் தொடர்ந்து நடத்தப்பட்டு வருகிறது. பல கட்டப் போராட்டங்களை மேற்கொண்டு, தமிழைப் பயிற்று மொழியில் தக்கவைக்க தாய்த்தமிழ்ப் பள்ளிகள் சார்ந்தோரும், தமிழ்வழிக் கல்வி, தமிழ்நாடு கல்வி இயக்கங்களும் போராடிவருகின்றனர். ஆனால், 1975கள் வரையில் இருந்த அரசியல் குரல்கள் அதன் பின் மெல்ல மெல்ல மங்கி தேய்ந்துவவிட்டது பலவீனமாக உள்ளது.

அதேபோல, இன்றளவும் கூட தனியார் பள்ளிகள் கிராமப்புற, அரசு பள்ளி மாணவ, மாணவிகளை ஈர்க்க தமிழ வழி வகுப்புகளை நடத்தியே வருகின்றனர். 1990களுக்குப் பிறகு மெல்ல மெல்ல தமிழ்வழி கற்றல் வகுப்புகள் உருவாகி, கடந்த 10 ஆண்டுகளுக்கு முன்பு வரை அதிக அளவில், சில பள்ளிகளில் ஆங்கில வகுப்பிற்கு இணையாக தமிழ் வகுப்பு மாணவ, மாணவியர் எண்ணிக்கைகள் கொண்டு வெற்றிகரமாகவே நடந்தது.

இன்று வரையிலேயே கூட அரசுப் பள்ளிக்கூட மாணவ, மாணவியர்கள் தமிழ் வழியில் படித்து, மருத்துவம், பொறியியல், கலை, இலக்கியம், அறிவியல் கல்லூரிகளுக்குச் சென்று பன்னாட்டு நிறுவனங்கள் உட்பட, உலக நாடுகளின் பெருஞ்சிறப்பு பல்கலைக்கழகங்களில் இடம்பெற்றேவருகின்றனர்.

17. ஏன் வேண்டும் தமிழ்வழிக் கல்வி?

● இன்றைய நவீனத் தொழில்நுட்ப உலகில், நவீன வளர்ச்சியைத் சுவைத்துவரும் வளர்ந்த நாடுகளின் மொழியினரும், தங்கள் தாய்மொழியில் அனைத்தையும் படித்தேவருகின்றனர். நாம் ஏன் இயலாது என ஒதுங்குகிறோம்?

● பன்னாட்டு நிறுவனங்கள் மேற்கூறிய நாடுகளுக்குச் செல்லும்பொழுது, நேர்முகத் தேர்வை அவரவர் தாய்மொழியிலேயே நடந்தபொழுது, நம்மூருக்கு வந்து ஆங்கிலத்தில்தான் நடத்த வேண்டும் என்ற அவசியம் என்ன?

● உலகத்தினரை இணைக்கும் மொழியாக ஆங்கிலம் இருக்க வேண்டும் என்றால், மழலையர் கல்வியில் இருந்து படித்தால்தான் அம்மொழியில் திறமை வளருமா? இது அடிப்படை மனித இயங்கியல் மற்றும் மூளை செயற்பாடுகளின் அறிவியலுக்கே எதிரானதாக இருக்கிறதே?

● இந்த கட்டுரையை முழுமையாகப் படிக்கும்பொழுது உங்கள் எண்ணம் என்ன? எந்த நிலமும் மக்களும் பிறருக்கு அடிமையாய் இருக்கும்பொழுது மட்டுமே கல்வி மொழி மாற்றுமொழியாக இருக்கும் என்ற தோன்றவில்லையா?

● இத்தனை படையெடுப்புகள், ஆதிக்கங்கள், பிற மொழியினரின் அரசியல் அதிகாரங்கள் இத்தனை ஆயிரம் ஆண்டுகள் தொடர்ந்தும் இன்றளவும் நம் மொழி பயிற்று மொழியில், நவீன தொழில்நுட்ப உலகில், இணைய மொழியில், உலகின் பல்வேறு நாட்டுப் பள்ளிகள், பல்கலைக்கழகங்கள் என எல்லா இடங்களிலும் தமிழ் நிலைத்திருக்க, இம்மொழி எத்தகைய வீரியம் கொண்டதாக இருக்க வேண்டும். இத்தகைய மொழி பேசும் நமக்கு அதில் கற்பதில் தடை என்ன?

● தாய்மொழி வழி பிற மொழிக் கல்வி, தாய்மொழி வழியே அறிவியல் கல்வி என வளர்ந்த நாடுகள் தொடர்ந்து இயங்க, இதனைத் தவறவிட்டு, கல்வித்தரம் இழந்த, வாழ்வை இழந்த ஆப்பிரிக்க, தென்னமெரிக்க நாடுகளின் பழங்குடிகள் வாழ்விடங்களில் தாய்மொழிக் கல்வி மீட்டெடுக்கும் ஐ.நா துணைஅமைப்புகள் உள்ளடக்கிய தனியார் தொண்டு நிறுவனங்கள் 2008 முதல் இயங்கி வருவது ஒருபுறம் இருக்க, உலக திசைக்கு நேர்மாறாக நாம் திசைவழி உருவாக்குவது எதனால்?

● மேற்கூறிய எல்லாவற்றுக்கும் நம்மை அதிகாரம் செலுத்தும் அரசியல் அமைப்பு வடிவங்களுக்கும் தொடர்பு உள்ளதைப்

புரிந்துகொள்ள முடிகிறதா? இருக்கும் இந்திய அரசியல் அமைப்பிற்குள்ளாகவே கல்வி மாநில உரிமையில் இல்லாத நிலையில் மாநில கல்வி உரிமையைத் தேர்ந்தெடுக்கும், நிலைநாட்டும் உரிமைக்குக் கூட டெல்லியில் இந்தியில் பேசித்தான் பெற வேண்டும் என்பது அவமானமாக இல்லையா?

● தமிழ் வழியில் பயின்று வெற்றிகரமாக வாழ்க்கை நடத்தும் பலர் எந்த உளவியல் அடிப்படையில் தங்கள் குழந்தைகளின் வாழ்க்கை தமிழால் கெடும் என அஞ்சுகின்றனர்.

● தமிழ்வழியில் படித்து, ஆங்கிலம் துணை மொழியாகவும், பள்ளி உயர்வகுப்புகள், கல்லூரி வகுப்புகளில் இன்னொரு பன்னாட்டு மொழி மூன்றாம் மொழியாகவும் படித்தால் நாம் எதனை இழந்துவிடுவோம்.

● நவீன உலகில் மொழி யாருக்கும் எதற்கும் தடை இல்லை என்னும் தொழில்நுட்ப வளர்ச்சிகள் குறித்து நாம் தெளிவுறுவது எப்போது?

● சமூகத்தின் அனைத்துத் தரப்பு மக்களுக்கும் சமத்துவக் கல்வியும், சமச்சீர் கல்வியும் தாய்மொழியில் மட்டுமே வழங்க முடியும் என்ற நிலையில், சமச்சீரற்ற வணிக உலகிற்கான கல்விமுறையின் ஆபத்து விளங்குகிறதா?

● ஆங்கில வழிக் கல்விக்கு நகர்ப்புற மாணவ, மாணவியர்கள் தயார் ஆவது போல, கிராமப்புற, மலைவாழ் பகுதி மக்கள் தயார் ஆவது சமமாக இருக்குமா?

● இவை அனைத்தும் கல்வி புறக்கணிப்பிற்குத் தூண்டாதா?

● முதல் நாள் வரை தமிழில் படித்தவர்கள் அடுத்த நாள் முதல் ஆங்கிலத்தில் படிக்க வேண்டும் என்பது போல அரசுப்பள்ளிகள் ஒவ்வொன்றாக நம் கண் முன்னே மாற்றி வரும் ஆட்சியாளர்களின் செயல்பாடுகளின் ஆபத்து சமூக அக்கறை கொண்டவர்களால் ஏற்றுக்கொள்ள முடிகிறதா?

● தமிழ் வழியில் பாடம் நடத்தியோர், அடுத்த நாள் முதல் ஆங்கில வழிப் பாடப்புத்தகங்களைத் தமிழில் பேசி, தமிழில் புரிய வைத்து நடத்தி, தேர்வு எழுதுவது ஆங்கிலத்தில் என்பது மாணவர்களையும் கல்வியையும் கேலியாக்குவது போல இல்லையா?

விவாதிப்போம்! விடை தேடுவோம்!

கல்வி உரிமையும் அரசியல் உரிமையும் – இந்தியச் சூழலின் நிகழ்காலம்

ஒரு தேசியம், ஒரு மொழி கொண்ட பல்வேறு நாடுகள் பள்ளிக்கல்வி வழங்கும் தங்கள் அரசு நிறுவனங்களைக் குவிமையப்படுத்தாமல் மாநில அல்லது மாவட்ட அல்லது பேரூராட்சிகளின் ஆளுமைகளுக்குள் விட்டு கல்வியை ஒழுங்கமைப்பதில் வெற்றிபெற்றுக்கொண்டிருக்கும் இக்காலக்கட்டத்தில் பல்வேறு தேசங்கள் பல நூறு மொழிகள் கொண்ட இந்திய பெருநிலப்பரப்பில் கல்வி மைய அரசின் கட்டுப்பாட்டில் பெரும்பகுதியை வைத்துக்கொண்டு இருப்பதே முரணாக இருக்கிறது.

கல்வி மட்டுமல்ல, எல்லாவிதமான நிறுவன அல்லது அரசச் செயல்பாடுகள் குவிமையப்படுத்தப்பட்டால் அங்கு ஊழலுக்கும் நிர்வாகச் சீர்கேட்டிற்கும் தரக்குறைவிற்குமே வழியிருக்கும். நிறுவன உறுப்புகள் தங்கள் பொறுப்புகளைக் கீழ் நிலை வரை அதிகாரத்தோடு பிரித்துச் செயல்படும்பொழுதே நிலம் சார்ந்த சமூகக் பொருளாதாரம் சார்ந்த அனைத்து தரப்பு மக்களுக்கும் எல்லா சேவைகளும் சென்று சேரும்.

இந்திய பெரு நிலப்பரப்பில், ஏனைய மாநிலங்களை ஒப்பிடும்பொழுது, தமிழகத்தில் மட்டும்தான் மருத்துவத்தரம், சாலைப்போக்குவரத்து மற்றும் அனைத்துவிதமான சமூக நலத்திட்டங்கள், எல்லா இடங்களுக்கும் சென்றுசேர்க்கும் சமூகப் பரவலாக்க ஒழுங்குமுறைகள் கொண்ட அமைப்பை உருவாக்கியிருக்கிறோம். இதன் விளைவாக, எந்த ஒரு சமூக நலத்திட்டங்களும் கடைக்கோடி மனிதனுக்கும் சென்றுசேரும் வழிமுறைகள் இங்கே வெற்றிகரமாகச் செயலாற்றிக்கொண்டிருக்கிறது.

இந்தியாவில் கல்வி என்பது பொதுப்பட்டியலில் இருந்து வந்தாலும் ஏற்கெனவே இங்கே உருவாகியிருந்த அரசியல் அமைப்புகளும் தமிழக மண் சார்ந்து சிந்திக்கும் அரசியல் தலைவர்களும் கடந்த காலங்களிலேயே கல்விக்கெனக் கூர்மையான செயல்திட்டங்களை

வகுத்து நடைமுறைப்படுத்திய விளைவின்பால் கடைக்கோடி கிராமங்கள் வரை கல்வி சென்று சேர்க்கப்பட்டது.

ஆனாலும், தாய்மொழி வழிக்கல்வியினைச் சென்று சேர்க்கும் முறைமைகளில் தோல்வியைக் கண்டிருக்கிறோம் என்பதனையும் மறுப்பதற்கில்லை. தாய்மொழி வழிக் கல்விக்கான வெற்றி, கல்வி முழுமையான மாநில ஆளுகைக்குள் வருவதிலும் வருங்காலத்தில் முறையான செயல்திட்டத்தை வகுப்பதிலும் தங்கி நிற்கிறது என்பதனையும் நினைவில்நிறுத்தி, அரசியல், சமூக செயற்பாட்டாளர்கள் உட்பட ஆசிரியர் கூட்டமைப்புகளின் கையில் தாய்மொழி வழிக்கல்விக்கான நடைமுறை வெற்றி இருக்கிறது என்பதனையும் நினைவில் நிறுத்திக்கொள்வது நல்லது.

உலக வர்த்தக அமைப்பு கல்வியைச் சேவைப்பட்டியலில் இருந்து வர்த்தகப்பட்டியலுக்கு மாற்றத்துடிக்கும் இன்றைய காலக்கட்டத்தில் நாம் முதலில் இழக்கஇருப்பது தாய்மொழி வழிக்கல்வியையே என்பதனையும் மறந்துவிட வேண்டாம். நாம் இங்கேஇருக்கும் அமைப்புகளையும் மக்களின் மனங்களையும் தாய்மொழிக் கல்விக்கு ஆதரவாகத் திரட்டும் முன் நமக்கு பெரும் சவாலாக முளைக்கவிருப்பது உலக வர்த்தக அமைப்பின் செயல்திட்டங்களும் பிஜேபி அரசாங்கம் புகுத்த நினைக்கிற புதிய கல்வித்திட்டமும்தான்.

உலக வர்த்தக அமைப்பின் கல்வியை வர்த்தகப்பட்டியலுக்கு மாற்றம் காண ஒன்றுகூடிய நைரோபி 2015 மாநாட்டிற்கு வர்த்தகத் துறை அமைச்சர் நிர்மலா சீதாராமன் சென்று வந்ததையும் இங்கே நினைவில் வைத்துக்கொள்க! உலக வர்த்தக அமைப்பின் கல்வி சார்ந்த ஒப்பந்தத்தில் கையெழுத்திட மறுத்த பல்வேறு நாடுகளில் ஆப்பிரிக்க நாடுகளே அதிகம். உலக வர்த்தக அமைப்பின் இவ்வொப்பந்தம் தாங்கள் இதுவரை காத்து வந்த தங்கள் தாய்மொழியை இந்த ஒப்பந்தம் அழித்துவிடும் என்றே அவர்கள் அஞ்சினர்.

தாய்மொழிக் கல்வியில் தீர்க்கமாக இருக்கும் ஐரோப்பிய நாடுகளை இந்த ஒப்பந்தம் சீண்டவில்லை என்பதனையும் தாய்மொழிக் கல்வி மட்டுமல்லாது தங்கள் நாட்டின் எல்லா அரச நடைமுறைகள், சமூகச் செயல்பாடுகள், தொழில்நுட்பம், மருத்துவம் வரையிலான கல்வி, பொதுப்போக்குவரத்து, பொது மருத்துவமனை என அனைத்திலும் இறுக்கமாகத் தாய்மொழியை நிலைநிறுத்தி வைத்திருக்கும் ஜப்பான், சீனா, கொரிய நாடுகள் இந்த ஒப்பந்தத்தை நிராகரித்தது என்பதனையும் பொருத்திப்பார்ப்பது நல்லது.

2015 நைரோபி மாநாட்டிற்கு முன் தமிழகம் உட்பட இந்திய பெரு நிலப்பரப்பின் பல பகுதிகளில் உலக வர்த்தக அமைப்பின் கொடிய ஒப்பந்தத்திற்கு எதிராகப் போராடிக்கொண்டிருந்த வேளையில் யாரும் எதிர்ப்பாரா வண்ணம் அந்த மாநாட்டிற்குச் சென்ற அமைச்சர் நிர்மலா சீதாராமன் உலக வர்த்தக அமைப்பின் கல்வி ஒப்பந்தத்தில் கையெழுத்திடவில்லை என்பது பெரும் ஆச்சர்யத்தோடும் சந்தேகத்தோடுமே போராடியவர்கள் அவ்வெற்றியைக் கொண்டாடினோம். அந்த ஆச்சர்யங்களுக்கும் சந்தேகங்களுக்குமான விடையாக அதனினும் கொடுமையான பிஜேபி அரசின் புதிய கல்விக்கொள்கை இங்கே முன்வைக்கப்பட்டது.

உயர்க்கல்வியை மட்டும் குறிவைத்த உலக வர்த்தக அமைப்பின் கொடும் நஞ்சை விடக் கொடுமையான நஞ்சாகப் பள்ளிக்கல்வியையும் ஆக்கிரமிக்கும் பிஜேபி அரசின் புதியக்கல்விக்கொள்கை முன்வரைவு இருந்தது. உலக வர்த்தக அமைப்பின் எல்லா நஞ்சுகளையும் உள்ளடக்கி இந்திய பெரு நிலப்பரப்பின் எல்லா தேசிய இனங்களின் இருப்பையும் இல்லாதொழிக்கும் அரசியல் கோட்பாட்டோடு புதிய கல்விக்கொள்கை முன்னிறுத்தப்பட்டது.

புதியக் கல்விக்கொள்கையின் வரைவு அறிக்கை குழந்தை பருவத்தின் அறிவு வளர்ச்சிக்குத் தாய்மொழிக் கல்வியே சிறந்தது எனக் குறிப்பிடும் அதேவேளை தாய்மொழி வழிக்கல்வியை ஐந்தாம் வகுப்போடு நிறுத்த வேண்டும் எனவும் ஆங்கிலம் மட்டுமே தொடர் கல்விக்கான பயிற்று மொழி எனவும் கூறுவதோடு சமஸ்கிரும், இந்தி உள்ளிட்ட மொழிகளுக்கான முக்கியத்துவத்தையும் தங்குதடையின்றி நிதி உதவி செய்யவும் பரிந்துரைக்கிறது.

2017-2018 காலக்கட்டங்களில், இந்திய ஒன்றிய அரசின் ஜனாதிபதி எல்லாவிதமான அறிவியல் புத்தகங்கள் இந்தியில் இருப்பதோடு, எல்லா நூலகங்களும் இந்தி புத்தங்களால் நிரப்பப்பட வேண்டும் எனவும் உலக நாடுகளில் வெளிவரும் தொழில்நுட்பம் மருத்துவம் சார்ந்த புத்தகங்களை இந்தியில் மொழிப்பெயர்க்கத் தனிஆணையம் அமைக்கவும் பரிந்துரைக்கப்பட்ட மைய அரசின் கொள்கைத் திட்டத்திற்கு ஒப்புதல் வழங்கியிருந்தார்.

இதற்கும் அப்பால், உலக வர்த்தக அமைப்பின் கல்விக்கொள்கையும் பிஜேபி அரசின் கல்விக்கொள்கையும் ஒரு சேரச் சந்திக்கும் இடம்தான் மருத்துவ, பொறியியல், சட்டக்கல்விகளுக்கான பொது நுழைவுத் தேர்வு நடைமுறை. 'நீட்' உள்ளிட்ட பொது நுழைவுத் தேர்வு சமூக நீதிக்கு எதிரானது, அது நம் மண்ணின் மைந்தர்களுக்குரிய உயர்கல்வி

இடங்களை இல்லாதொழிக்கும், அதோடு உலக வர்த்தக அமைப்பின் கல்வி வர்த்தகம் என்னும் முழக்கத்திற்கு வலுசேர்த்துப் பொருளாதார பெரும் பலம்கொண்ட சமூகத்தினரைச் சாதி, மதம், இனம், மொழிக்கு அப்பால் அரவணைத்துக்கொள்ளும் என்பதனையும் நாம் கவனத்தில் கொள்ள வேண்டும்!

ஒரே நேரத்தில், உலக வர்த்தக அமைப்பின் செயல்திட்டங்களை முறியடிக்க, ஆளும் பிஜேபி அரசாங்கத்தின் கொடிய விசம் கொண்ட கல்விக்கொள்கையை அறுத்தெறிய, தாய்மொழிக் கல்விக்கான கல்வியை இச்சமூகத்தில் பரவலாக்க, நாம் களமாட நாம் முதன் முதலில் தேர்ந்தெடுக்கும் களம் கல்வியை மைய அரசின் பிடியில் இருந்து காப்பாற்றிப் பொதுப்பட்டியல் என்னும் கண்துடைப்பு சட்ட நடைமுறையை இல்லாதொழித்து மாநில நிர்வாகப் பட்டியலுக்கு மாற்றம் செய்வதே ஆகும்.

தாய்மொழிக் கல்வியைப் பறிப்பதென்பதும் பல்வேறு தேசிய இனங்கள் கொண்ட நாட்டில் நிலம் சார்ந்த தேசிய இனங்கள் யாரோ ஒருவன் ஆளுகைக்குள் இருப்பதும் தாய்மொழியை அழிப்பதில் தொடங்கி தேசிய இனத்தைக் கருவருப்பதில் வந்து முடியும். 'நம் கல்வி நம் உரிமை' முழக்கம் தாய்மொழிக் கல்விக்கானது மட்டுமல்ல! சமூக நீதிக்கான பயணத்தில் இம்முழக்கமே எல்லா தேசிய இனங்களின் இருப்பைத் தக்க வைப்பதிலும் தேசிய இனங்களின் அரசியல், சமூக உரிமைகளுக்கான முழக்கமே ஆகும்.

அண்ணல் அம்பேத்கரின் அரசியல் சாசனத்தைக் கிழித்தெறியும் பாஜகவின் அரசியல்!

மொழி வழி மாநிலங்கள் உருவாக்க காங்கிரஸ் முதலில் தயங்கியபோதும், அதன் சாத்தியக்கூறுகள், பலவீனங்கள் குறித்து ஆராய அன்றைய ஜனாதிபதி ராஜேந்திர பிரசாத் அவர்களால் அமைக்கப்பட்ட தார் குழுவிற்கு (Dar Commission), 1948 அக்டோபர் மாதம் அண்ணல் அம்பேத்கர் வழங்கிய பரிந்துரையில், மொழி வழி மாநிலங்களின் தேவையை ஆதரித்ததோடு, அனைத்து மாநிலங்களின் மொழிகளும் இந்தியத் துணைக்கண்டத்தின் ஆட்சி மொழியாக இருக்க வேண்டும் என்றும் அண்ணல் அம்பேத்கர் பரிந்துரைத்திருந்தார். (ஆதாரம்: *http://www.allsubjectjournal.com/download/2609/3-3-113-456.pdf*)

அண்ணல் அம்பேத்காரை பொறுத்தவரை, "ஒரு மொழி, ஒரு பண்பாடு கொண்ட மாநில அரசுகளால்தான் சிறப்பானதொரு நிர்வாகத்தை தன்னுள் கொண்டுவர முடியும். அதுவே இந்திய ஒன்றியத்தின் கூட்டுப்பலமாக இருக்கும்" எனக் கருதினார். மாகாணங்களின் எல்லைகள் இணைந்த ஒருங்கிணைவை விட இந்தியத் துணைக்கண்டத்தினுள் இருக்க வேண்டிய ஒற்றுமையே தனது முதன்மையான கொள்கையாக அண்ணல் அம்பேத்கர் எடுத்துரைத்துவந்துள்ளார்.

அவர் மேலும், 'மொழிக்கு ஒரு மாநிலம்' என்பதைக் காட்டிலும், 'மாநிலத்திற்கு ஒரு மொழி' எனப் பிரிக்கப்பட்டு மாநில அரசுகள் அமைவதை விரும்பினார். அதாவது, பல மாநிலங்கள் ஒரே மொழியைக் கொண்டிருத்தலும் தவறில்லை. இன்றைய ஆந்திரா, தெலுங்கானா போல.

17 டிசம்பர் 1946ஆம் ஆண்டு, இந்திய அரசியல் நிர்ணயச் சபையில் தன் முதன் உரையில் அண்ணல் அம்பேத்கர், "வலுவான மத்திய அரசு அமைக்க வேண்டும் என்பதிலும், அதேவேளை, முழுமையான

இறையாண்மை உள்ள மாநில அரசுகள் உறுதிப்படுத்தப்பட வேண்டும்" என்றும் ஆணித்தரமாக விளக்கப்படுத்தினார்.

மேலும், இந்திய ஒருமைப்பாட்டிற்கும் வலுவான அரசியலுக்கும் கெடுதல் விளைவிக்கும் சூழலில் மட்டுமே இந்திய மத்திய அரசு மாநில அரசுகளின் மீது ஆதிக்கம் செலுத்தலாம். ஏனைய தருணங்களில், மாநில அரசுகளின் இறையாண்மையிலும் அரசியல் அதிகாரங்களிலும் இந்திய மத்திய அரசு தலையிட வேண்டியதில்லை என்பதிலும் அம்பேத்கர் தெளிவாக இருந்துள்ளார். (ஆதாரம்: *http://www.indiafoundation.in/revisiting-ambedkars-idea-of-nationalism/*)

இந்த எண்ணங்களையும் தத்துவங்களையும் வைத்தே அவர் இந்திய சுதந்திரத்திற்குப் பிறகான அரசியல் சாசனத்தில் மாநில அரசுகளின் அதிகார எல்லைகளையும் அதன் முழு சுதந்திரத்தைப் பேணிக் காக்கும் இறையாண்மையையும் வகைப்படுத்தினார்.

அண்ணலைப் பொறுத்தவரை, இந்திய நிலப்பரப்பு எங்குமுள்ள, சமூகத்தில் பின்தங்கிய மக்களுக்குத் தேவையான கல்வி, பொருளாதார மேம்பாடு, இவையனைத்தையும் பாதுகாக்கும் சமூக நீதி இவையே தேசத்தை (Nation) ஒற்றுமைப்படுத்தும், தேசியத்தை (Nationalism) வளர்த்தெடுக்கும். இவையல்லாத, எதுவும் தேசமும் அல்ல, தேசியமும் அல்ல என்பது அவர் நிலைப்பாடு. (ஆதாரம்: *http://shodhganga.inflibnet.ac.in/bitstream/10603/143134/10/08_chapter%203.pdf*)

அண்ணல் அம்பேத்கரைப் பொறுத்தவரை, இந்திய நிலப்பரப்பு எங்கும் உள்ள அனைத்துத் தரப்பு மக்களுக்குமான சமூக நீதியை உருவாக்கும் ஒற்றைக் காரணியாகவே, இந்திய நிலப்பரப்பு அரசுகளின் ஒருங்கிணைந்த இந்திய தேசியமாகவே (Nationalism) பார்த்துள்ளார். அதானாலேயே, அனைத்து தேசங்களும் இந்தியத் துணைக்கண்டமாக ஒருங்கிணைய அவர் விரும்பியுள்ளார்.

இதன் பார்வையில் இருந்தே இந்திய மத்திய அரசு, மாநில அரசுகள், அதன் உரிமைகள், மத்திய-மாநில அதிகாரப் பகிர்வு எனப் தனது பங்களிப்பில் உருவான அரசியல் சாசனத்தை அண்ணல் அம்பேத்கர் வகைப்படுத்தினார்.

1970களில் இந்திரா அம்மையாரின் ஆட்சியில் அவசரகால நிலையில் (Emergency Situation) அண்ணல் அம்பேத்கர் எழுதிய அரசியல் சாசனத்தில் மாநில அரசுகளுக்கு வழங்கப்பட்டிருந்த பல உரிமைகள் மத்திய-மாநிலப் பொதுப்பட்டியலுக்குச் சென்றுவிட்ட

நிலையில், இந்தியத் துணைக்கண்டத்தை ஆளும் இன்றைய பாஜக அரசாங்கம், மாநில அரசுகளுக்கான உரிமையை முழுமையாகவே மத்திய பட்டியலுக்கு பறித்துச் சென்றுக்கொண்டிருக்கிறது.

இதனால் ஏற்பட்ட விளைவுகளிலேயே மிகக் கொடுமையானது கல்வித் துறையை இந்துத்துவமயமாக்கும் புதிய கல்விக் கொள்கை. கல்வித் துறை பொதுப்பட்டியலில் இருப்பதாலேயே, பாஜக அரசாங்கம், தனது இந்துத்துவச் சித்தாந்தத்தைத் திணிக்கும் புதிய கல்வி முறையை, 'புதிய கல்விக் கொள்கை' என்ற பெயரில் இந்திய நிலப்பரப்பு எங்கும் செயல்படுத்தத் துடிக்கிறது. அதன் அங்கமே 'நீட்' போன்ற கொடிய தேர்வு. புதிய கல்விக் கொள்கை அதன் உள் அங்கமான 'நீட்', வருங்காலத்தில் உலக வர்த்தக மையத்தோடு இந்திய அரசாங்கம் கையெழுத்திட இருக்கிற, 'கல்வியை வர்த்தக'மாக்கும் ஒப்பந்தம் இவை யாவுமே அண்ணல் அம்பேத்கரின் சிந்தனைக்கு எதிரான, சமூக நீதியை குழி தோண்டி புதைக்கும் பேராபத்துள்ள திட்டங்கள்.

அண்ணல் அம்பேத்கர், சமத்துவச் சமூகத்தைக் கல்வியின் மூலமே கட்டமைக்க முடியும் என்று திடமாக நம்பினார். கல்வியே, சமூகப் பொருளாதார மேம்பாட்டையும் அரசியல் சுதந்திரத்தையும் பெற்றுத் தரும் பேராயுதம் என்பது அவரின் தொலைநோக்குப் பார்வை. அதனாலேயே கல்வி அனைவருக்கும் பொதுவாகவும் பரவலாகவும் சென்றடைய வேண்டும் என விரும்பினார். (ஆதாரம்: *https://www.researchgate.net/publication/322695770_DrBR_Ambedkar's_views_on_Education)*. நீட் தேர்வு, அண்ணல் அம்பேத்கரின் கனவையே சிதைக்கும் பாஜகவின் பாசிச ஆயுதம் என்பதை நினைவில் கொள்ள வேண்டும்.

"சமூக மற்றும் பொருளாதாரச் சுதந்திரத்தை உறுதி செய்யாமல், வெறுமனே அரசியல் சுதந்திரத்தை இந்திய நிலப்பரப்பில் பிரித்தானிய அரசு வழங்க முன்வருவது முற்றிலும் தவறானது" என்று 1940இல் அண்ணல் அம்பேத்கர் கருத்து தெரிவித்திருந்தார். (ஆதாரம்: *The Times of India : March 21 1940*)

இந்தக் கண்ணோட்டத்தில் இருந்துதான், மாநில அரசுகளுக்கான அரசியல் மற்றும் பொருளாதார இறையாண்மையை நிலைநிறுத்தி இந்திய அரசியல் சாசனத்தை அவர் வகைப்படுத்துகிறார்.

இந்திய நிலப்பரப்பை ஒரே நாடு, ஒரே தேசம், ஒரே பண்பாடு, ஒரே மதம், என அரசியல் பார்வையினைக் கொண்டிருப்பதால்தான்,

ஒரே தேர்வு, ஒரே வரி, ஒரே ஆட்சி எனத் தொடர்ந்து தனது கடும்போக்கு பாசிசக் குணத்தைச் செயல்படுத்திவருகிறது பாஜக அரசாங்கம்.

நாம் இவை அனைத்தையும் எதிர்கொள்ள, ஒரே குரலாய் ஒலிப்போம்: "1970களில் அவசரகால நிலைக்கு முன் இருந்த இந்திய அரசியல் சாசனத்தில் மாநில அரசுகளுக்கு வழங்கப்பட்டிருந்த அனைத்து உரிமைகளையும் அப்படியே மீண்டும் உறுதிப்படுத்த வேண்டும்". இதுவே அண்ணல் அம்பேத்கருக்கு நாம் செய்யும் மரியாதை!

இந்திய ஒருமைப்பாட்டையும், இந்திய நில அமைப்பையும் சமூக நீதியையும் அண்ணல் அம்பேத்கரின் பார்வையில் இருந்து பார்ப்போம்!

நீட் – தகுதித்தேர்வா? தரப்படுத்துதலா? சர்வதேச நாடுகளில் நுழைவுத் தேர்வு உண்டா?

2012இல் நீட் தேர்வு குறித்த அறிவிப்பு வெளியானபொழுது, தமிழகம், ஆந்திரா, தெலுங்கானா, குஜராத், கர்நாடகா, மேற்கு வங்கம் ஆகியவை கடுமையான எதிர்ப்பினைப் பதிவு செய்தது. 2013இல் உச்ச நீதிமன்றம் தடையாணை பிறப்பித்தப் பிறகு, 2016இல்தான் முதன்முறையாகத் தேர்வு நடந்தது. அதுவும் ஆங்கிலத்திலும் இந்தியிலும் மட்டுமே.

2012இல் தீவிரமாக எதிர்த்த அன்றைய குஜராத் முதல்வர் நரந்திர மோடி பிரதமரானவுடன் நீட் தேர்வை நாடெங்கும் வலிந்து திணித்து செயல்படுத்துகிறார். 2012இல் இருந்து தான் இறக்கும் வரை நீட் தேர்வை எதிர்த்துவந்த ஜெயலலிதாவை மறந்துவிட்டுத்தான் அவரது கட்சியினரின் ஆட்சி நீட் தேர்வை வரவேற்று மகிழ்கிறது. சரி, ஜெயலலிதா ஏன் எதிர்த்தார்?

2012, 2013, 2016 பிப்ரவரி மற்றும் ஜூலை ஆகிய நான்கு தருணங்களில் ஜெயலலிதா அம்மையார் இந்திய கூட்டரசின் பிரதமருக்கு எழுதிய கடித்ததில் நீட் உள்ளிட்ட பொதுத்தேர்வு முறைகளுக்குத் தனது கடுமையான எதிர்ப்பினைப் பதிவு செய்திருந்தார்.

அக்கடிதங்களில் அவர் குறிப்பாக, "2005இல் இருந்து தமிழக அரசு, உயர்க்கல்வி நுழைவிற்கான தேர்வுமுறையினை இல்லாது செய்ய நடவடிக்கைகள் எடுத்து, அதன் மூலம் நன்கு கல்விக் கற்கக்கூடிய கிராமப்புற ஏழை, எளிய மாணவ/மாணவியர்களுக்கு உயர்க்கல்வி வாய்ப்பு கிட்டியது. இதன் மூலம் சமூகநீதி தமிழகத்தில் நிலைநிறுத்தப்பட்டுள்ளது. நீட் போன்ற பொது நுழைவுத்தேர்வு மூலம் உயர்க்கல்வி மூலம் கிடைக்க வேண்டிய, சமூக பொருளாதார மேம்பாடு தகர்க்கப்பட்டு சமூக நீதி இல்லாத வருங்காலம் உருவாகும் எனவும்,

"ஏற்கெனவே நடைமுறையில் இருக்கும் உயர்க்கல்வி நுழைவிற்கான மாநில அரசின் நிர்வாகமுறைகள் தகர்க்கப்படுவதோடு, மாநில அரசின் வலிமையும் அதிகார எல்லையும் குறைக்கப்படும் ஆபத்தும் உருவாகும். பல ஆண்டுக்காலமாக நிலைநிறுத்தப்பட்டுள்ள தமிழக மருத்துவத்தின் வெற்றியும் உயர்ந்த தரமும் நீட் தேர்வு இல்லாத தமிழக அரசின் செயல்திட்டங்களின் வெற்றிக்குச் சாட்சி. இவ்வெற்றி, நீட் போன்ற தேர்வால் சிதையும்" எனவும் சுட்டிக்காட்டி இருந்தார் என்பது இங்கே குறிப்பிடத்தக்கது.

தமிழகத்தில் பெரும்பாலுமான கல்வியாளர்கள் மற்றும் சமூக, அரசியல் இயக்கங்களின் எதிர்ப்பிற்கும் மத்தியில் 2017 மற்றும் 2018இல் தேர்வு நடத்தப்பட்டுள்ளது.

2017 இல் தமிழ், தெலுங்கு, மராத்தி, வங்காலி, குஜராத்தி, அசாமி மொழிகளில் தேர்வு நடத்தப்பட்டாலும் ஆங்கிலம், இந்தி மொழி கேள்வித்தாள்களுக்கும் ஏனைய மொழி கேள்வித்தாள்களுக்கும் நிறைய வேறுபாடுகள் இருந்தன.

குறிப்பாக, 2018 தேர்வு கேள்வித் தாள்களில் மொழிப்பெயர்ப்பில் பல்வேறு குளறுபடிகளும் நிறைந்திருந்தது. இது மொழி பாரபட்சமா, இந்தி மொழி மக்களுக்கும் பணக்காரரர்களின் கல்வி மொழி ஆங்கிலத்தில் எழுதுபவர்களுக்குத் துணைநின்று, ஏழை, எளிய, கிராமப்புற மாணவ/மாணவியர்களின் வாழ்வைச் சிதைக்கும் திட்டமிட்ட செயலா என்பதனையும் கேட்க வேண்டியுள்ளது.

சென்னை உயர்நீதிமன்றத்தின் மதுரை கிளை தமிழில் எழுதிய மாணவ, மாணவியர்களுக்குக் கருணை மதிப்பெண்ணாக 196 வழங்க வேண்டும் என உத்திரவிட்டபொழுதும் உச்சநீதிமன்றத்தில் தடை பெறப்பட்டுள்ளது. சி.பி.எஸ்.ஈ அமைப்பு அவ்வளவு பலமான அமைப்பா? 'தவறு நடந்துள்ளது அடுத்த வருடங்களில் இருந்து திருத்திக்கொள்வோம்' என்கிறார்கள்.

நாடாளுமன்றத்தில் மத்திய அரசும் தமிழக நாடாளுமன்ற உறுப்பினர்களும் மாறிமாறி பழிச்சொல்லிக்கொண்டும் மொழிப்பெயர்ப்பாளர்களின் தவறு என்று திசைமாற்றி, அவர்களும் குழம்பி, நம்மையும் குழப்பி, இளம் தலைமுறையினரின் வாழ்வோடு விளையாடுகிறோம் என்ற நினைப்பே இல்லாமல் பொறுப்பற்றுத் திரிகிறார்கள்.

எண்ணற்ற மாணவ, மாணவியர்களின் வாழ்க்கைக் கனவு வீணாவது பற்றியோ, அவர்களது வாழ்க்கையே திசை மாறிவிடும்

ஆபத்து இருப்பது பற்றியோ கிஞ்சித்தும் கவலைப்படாமல் சர்வாதிகாரத்தனத்துடன் நடந்துகொள்ளும் கல்வி அமைப்பு, நீதிமன்றம், அரசு, நவீன இந்தியாவைச் சிதைத்துத் கொண்டிருக்கிறது. கல்வியைப் பறிப்பதும், அதனை அழிப்பதும், ஒரு தலைமுறையின் கல்வி வாய்ப்பைத் திசை மாற்றுவதும் இனவழிப்பிற்கு ஒப்பானது.

இலங்கையில், இப்படித்தான் 1960களில் தரப்படுத்துதல் என்ற முறை அறிமுகப்படுத்தப்பட்டு, தமிழர்களின் உயர்க்கல்வி திட்டமிட்டுப் பறிக்கப்பட்டு, இனத்தின் வரலாறையே மாற்றி அமைத்தார்கள். பல்கலைக்கழங்களில் தமிழர்களின் இடங்கள் முழுமையும் சிங்களர்கள் ஆக்கிரமித்தார்கள். அதில் இருந்துதான் தேசிய உரிமைக்கான போராட்டம் ஈழத்தமிழர்களால் கூர்மையாக முன்னெடுக்கப்பட்டது என்பது வரலாறு.

இந்தியா தவிர்த்த பிற நாடுகளில், நுழைவுத்தேர்வு இருக்கிறதா? பெரும்பாலான நாடுகளில் மேல்நிலை வகுப்பின் (2 அல்லது 3 ஆண்டுகளின்) கூட்டுப்பதிப்பின் அடிப்படையிலேயே பல்கலைக்கழகங்கள் மேற்படிப்பிற்கான இடங்களைப் பூர்த்தி செய்கின்றன. இன்னும் சொல்லப்போனால், நோர்வே (கனடா நாட்டிலும் என நினைக்கின்றேன்) போன்ற நாடுகளில் மேல்நிலைப் பள்ளி தேர்வுகளின் கூட்டுமதிப்பில் தமிழ் மொழிப்பாடமும் உள்ளடக்கப்படுகிறது.

தமிழ்நாட்டிலேயே தமிழ்ப்பாட மதிப்பெண் பொறியியல், மருத்தவ நுழைவு தரவரிசையில் சேர்க்கப்படாத பொழுது நோர்வேயில் பிறந்து வளரும் குழந்தைக்குத் 'தமிழ்' மருத்துவ, பொறியியல் கனவிற்கு வலுசேர்க்கிறது.

சில நாடுகளில், தகுதித்தேர்வு இருக்கிறது. அவை, ஆங்கில மொழி, கணக்கு மற்றும் பொதுஅறிவு சார்ந்து இருக்கிறது. அவை உயர்க்கல்வியில் சேருவதற்கான தகுதித்தேர்வுதான். அதாவது, குறிப்பிட்ட மதிப்பெண்ணைக் கடந்து இருந்தால் கல்லூரி, பல்கலைக்கழகங்களுக்கு நுழையும் தகுதியினைப் பெறுகிறார்கள் என்று பொருள். உயர்க்கல்வியில் நுழைவதற்கான தரவரிசை மேல்நிலைப்பள்ளிப் படிப்பின் கூட்டு மதிப்பெண் அடிப்படையிலேயே அமைகிறது.

அமெரிக்கா உள்ளிட்ட நாடுகளில் பல்கலைக்கழகங்கள் அவரவர் அளவில் நுழைவுமுறைகளைப் பின்பற்றுகிறார்கள். தகுதித்தேர்வு

பொதுவெனினும், மேற்படிப்பில் நுழைவதற்கான தகுதியினை ஒவ்வொரு பல்கலைக்கழகமும் அவரவர் அளவில் பின்பற்றுகிறார்கள்.

சில பல்கலைக்கழகங்கள் தகுதித்தேர்வைப் பொருட்படுத்தாது, பள்ளி மேல்நிலைப்பாட மதிப்பெண்ணின் கூட்டுத்தொகையின் அடிப்படையிலும், சில பல்கலைக்கழகங்கள் மாணவர்களின் பொதுச்சேவை, சாரணர் இயக்கச் செயல்பாடுகள் உள்ளிட்டவைகளுக்கு மதிப்பெண் வழங்கி அதன் அடிப்படையிலும் பள்ளி மேல்நிலை வகுப்பின் மதிப்பெண்களை உள்ளடக்கித் தரவரிசை இட்டு, மேற்படிப்பிற்கான நுழைவை உறுதி செய்கின்றன.

சமூகப் பொருளாதார சமத்துவம், பொதுவான கல்வித்தரம் உள்ள போதிலும், அமெரிக்கா போன்ற கூட்டாட்சி நாடுகளில் ஒரே நாடு, ஒரே தேர்வு சாத்தியமில்லை. சீனா போன்ற நாடுகளில் ஒரே நாடு, ஒரே தேர்வு முறை பின்பற்றப்பட்டாலும் தகுதித் தேர்வு ஆங்கில மொழித் திறமையைச் சோதிப்பதற்காக மட்டுமே. அவை, தகுதியை உறுதி செய்கின்றனவே தவிர, நுழைவு தர வரிசை இட இல்லை.

ஐரோப்பிய நாடுகளில் ஒரே நாடு, ஒரே மொழி, சமூக-பொருளாதாரச் சமத்துவம் உண்டெனினும் பொது நுழைவுத் தேர்வு முறைகள் பெரும்பாலான நாடுகளில் இல்லை, இருக்கும் நாடுகளிலும் இந்தியாவின் 'நீட்'ற்கும் இதற்கும் மலையளவு வித்தியாசம்.

பல மொழிகள், பல தேசங்கள் கொண்ட கூட்டாட்சி நாடான இந்தியாவில், பொருளாதாரச் சமத்துவமும் இல்லாத, சமூக வேறுபாடுகளும் நிறைந்த நிலப்பகுதியில், ஒரே நாடு ஒரே தேர்வு முறை எப்படி சாத்தியமாகும்? மத்திய அரசின் கல்வி நிறுவனங்களில் தகுதி-நுழைவுத் தேர்வு முறைகளுக்கு எதிர்ப்பு இல்லை. பெரும் பொருளாதர முதலீட்டில் மாணவர்களை நிரப்பும் தனியார் பல்கலைக்கழகங்களும் பொதுத் தகுதித் தேர்விற்கு எதிர்ப்பைத் தெரிவிக்கவில்லை. மாநில அரசின் நிதியில் மாநில நிர்வாகத்தின் கீழ் இருக்கும் கல்லூரிகளுக்கே இத் தேர்வு நியாயமானதாக இருக்காது எனச் சொல்கிறோம்.

2018இல் நடந்த தேர்விற்காக இரண்டாண்டுகள் தனிப்பயிற்சியில் படித்து எழுதிய மாணவி முதலிடம் பெற்றார். எண்ணற்றோர், பள்ளிக்கூடத்திற்கு முறையாகச் செல்லாமல், பெரும் தொகை முதலீட்டில் தனிப்பயிற்சி மையங்களில் மட்டுமே தேர்விற்கான பயிற்சி பெற்று தேர்வு எழுதியுள்ளனர். மேல்நிலை வகுப்பு மதிப்பெண்ணே

கணக்கில் கொள்ளாத தேர்வு முறையில் தரத்தை எப்படி உறுதி செய்ய முடியும் என்றும் நாம் கேட்கிறோம்.

நீட் தேர்வு அடுத்தாண்டு முதல் இரண்டு தருணங்களில் கணினி வழியே நடத்தப்படும் என்ற அறிவிப்பும் வெளியாகி இருக்கிறது. இது தனியார் பயிற்சி மையங்களுக்கான கட்டணக் கொள்ளையை உயர்த்தும். சமீபத்தில் நடந்த நாடாளுமன்றக் கூட்டத்தில், ஜூன் 2019, திமுகவைச் சார்ந்த மாநிலங்களவை உறுப்பினர் திருச்சி சிவா, நீட் பயிற்சி மையங்களினால் பல்லாயிரம் கோடி ரூபாய்களின் சந்தை உருவாகியுள்ளது என்பதையும், பொருளாதார வசதி உள்ளோரே இனி மருத்துவம் படிக்க வாய்ப்பு உள்ளதான சூழலை உருவாக்கி ஏழை, எளியவர்களை இந்திய நடுவண் அரசு மருத்துவக் கல்வியில் இருந்து அப்புறப்படுத்திவருகிறது என்றும் குற்றச்சாட்டை எழுப்பியுள்ளார்.

அதேபோல, 85% மாநில அளவிலான இட ஒதுக்கீடு உள்ளதெனச் சொன்னாலும், கடந்த 3 ஆண்டுகளில் தமிழகத்தின் அரசு மருத்துவக் கல்லூரிகளில் மட்டுமே 500க்கும் மேற்பட்ட பிற மாநில மாணவர்கள் தமிழக மாணவர்களுக்கான இடத்தினுள் நுழைந்தார்கள் என்ற குற்றச்சாட்டும் எழுப்பப்பட்டு இன்னும் முடிவு காணப்படவில்லை.

மாநில நிர்வாக உரிமையை முழுமையாகப் பறிக்கும் இத்தகைய தேர்வு முறையினை இல்லாது செய்ய ஒரே வழி, கல்விக்கான முழு உரிமையும் மாநில அதிகார வரம்பிற்கே கொண்டு வரப்பட வேண்டும். தமிழக அரசு, கடந்த இரு ஆண்டுகளாக நடந்த நீட் தேர்வு, அது சமூகத்தில் ஏற்படுத்திய தாக்கங்கள், மாணவ, மாணவியர்களின் உளவியல் தாக்கங்கள் குறித்தான ஆய்வினைச் சமூக ஆர்வலர்கள், சட்ட வல்லுநர்கள், கல்வியாளர்கள் கொண்ட குழு அமைத்து ஆய்வு செய்து முடிவினைத் தெரிவிக்க வேண்டும்.